മുനമ്പ്

novel
munamb
•
t n gopakumar
•
first chintha edition
may 2016
•
typesetting
dbh overbridge Tvpm
•
published
chintha publishers, thiruvananthapuram
•

•
cover
ambeesh
•

വിതരണം
ദേശാഭിമാനി ബുക്ക് ഹൗസ്
H O തിരുവനന്തപുരം-695 035
phone: 0471-2303026, 6063026
www.chinthapublishers.com
chinthapublishers@gmail.com

ബ്രാഞ്ചുകൾ
ഹെഡ്ഓഫീസ് ബ്രാഞ്ച് കുന്നുകുഴി • സ്റ്റാച്ച്യു തിരുവനന്തപുരം • കെ എസ് ആർ ടി സി ബസ് സ്റ്റേഷൻ ആലപ്പുഴ • കെ എസ് ആർ ടി സി ബസ് സ്റ്റേഷൻ എറണാകുളം • മച്ചിങ്ങൽ ലെയ്ൻ തൃശൂർ • ഐ ജി റോഡ് കോഴിക്കോട് • മാവൂർ റോഡ് കോഴിക്കോട് • എൻ ജി ഒ യൂണിയൻ ബിൽഡിങ് കണ്ണൂർ • സെൻട്രൽ ബസ് ടെർമിനൽ കോംപ്ലക്സ് താവക്കര കണ്ണൂർ

CO - 2341 / 3874
ISBN - 978-93-86112-10

മുനമ്പ്
(നോവൽ)

ടി എൻ ഗോപകുമാർ

ചിന്ത പബ്ലിഷേഴ്സ്
തിരുവനന്തപുരം-695 035

ടി എൻ ഗോപകുമാർ

1957 ൽ ശുചീന്ദ്രത്തു ജനിച്ചു. തങ്കമ്മയും നീലകണ്ഠശർമ്മയുമാണ് മാതാപിതാക്കൾ. ശുചീന്ദ്രത്തെയും നാഗർകോവിലിലെയും വിദ്യാഭ്യാസത്തിനുശേഷം തിരുവനന്തപുരം യൂണിവേഴ്സിറ്റി കോളേജിൽനിന്ന് ആംഗലസാഹിത്യത്തിൽ എം എ ബിരുദം. മധുര സർവ്വകലാശാലയിൽനിന്നും ജേർണലിസത്തിൽ ബിരുദാനന്തരബിരുദം. *മാതൃഭൂമി, ന്യൂസ് ടൈംസ്, ടൈംസ് ഓഫ് ഇന്ത്യ* എന്നീ സ്ഥാപനങ്ങളിൽ മദിരാശിയിലും തിരുവനന്തപുരത്തും ഡൽഹിയിലുമായി മാധ്യമ പ്രവർത്തനം. എഫ് സി സി ജെ ടോക്കിയോ ഏഷ്യൻ അവാർഡുൾപ്പെടെ പുരസ്കാരങ്ങൾ. *ശുചീന്ദ്രം രേഖകൾ* എന്ന കൃതിക്ക് സാഹിത്യ അക്കാദമി അവാർഡ് ലഭിച്ചു. സംസ്ഥാന അവാർഡു നേടിയ 'കണ്ണാടി' എന്ന ടെലിവിഷൻ പരിപാടിയുടെ സംവിധായകൻ. സംസ്ഥാന അവാർഡു നേടിയ 'വേരുകൾ' ടി വി പരമ്പരയുടെയും സംവിധായകനായിരുന്നു. ഏഷ്യാനെറ്റിന്റെ കൺസൾട്ടിങ് എഡിറ്ററായിരുന്നു. *ദില്ലി, പയണം, ശംഖുമുഖം* എന്നീ കൃതികൾ പ്രസിദ്ധപ്പെടുത്തിയിട്ടുണ്ട്.

2016 ൽ അന്തരിച്ചു.

ഭാര്യ : ഹെദർ
മക്കൾ : ഗായത്രി, കാവേരി.
വിലാസം : നമ്പർ 1,
അനിത പാർക്ക് അപ്പാർട്ട്മെന്റ്സ്,
നർമ്മദ ബിൽഡിങ്, നാലുമുക്ക് ജങ്ഷൻ,
പേട്ട, തിരുവനന്തപുരം-695 024.

പ്രസാധകക്കുറിപ്പ്

മഹാസമുദ്രങ്ങളുടെയെന്നപോലെ ഭാഷയുടെയും സംസ്കാരത്തിന്റെയും സംഗമഭൂമിയാണ് കന്യാകുമാരിയും സമീപപ്രദേശമായ ശുചീന്ദ്രവും. മലയാള പശ്ചാത്തലമുള്ള ഒരുവന്റെ കൗമാരവും യൗവനവും കടലോരങ്ങളിലും കോവിലിന്റെ പരിസരങ്ങളിലും നാമ്പെടുക്കുമ്പോൾ, വിവിധ ദേശക്കാരായ മനുഷ്യരുമായി സന്ധിക്കുമ്പോൾ വന്നുചേരുന്ന പ്രതിസന്ധിയാണ് ടി എൻ ഗോപകുമാറിന്റെ ഈ നോവലിൽ ചിത്രീകരിക്കപ്പെടുന്നത്. മൃദുവായ കഥാതന്തു. സ്നിഗ്ധമായ ആഖ്യാനം. വാചാലതയ്ക്കപ്പുറത്തെ മൗനമാണ്, തിരകളൊഴിഞ്ഞ ഉൾക്കടൽപോലെ, ഈ നോവലിനെ ആഴമുള്ളതാക്കുന്നത്.

ചിന്ത പബ്ലിഷേഴ്സ്

മുനമ്പിലെ പ്രതിസന്ധി

"**ശു**ചീന്ദ്രത്തുനിന്ന് സൈക്കിളിൽ വേഗത്തിൽ ചവുട്ടിയാൽ എന്റെ സ്കൂൾ പ്രായത്തിൽ മുക്കാൽ മണിക്കൂറിനകം മരുത്തുവാം മലയുടെ അടിവാരത്തിലെത്താം.

"ശുചീന്ദ്രം അമ്പലത്തിലെത്തുന്ന ടൂറിസ്റ്റുകൾക്ക് ഗൈഡായി ചമഞ്ഞ് ആരുമറിയാതെ ചില്ലറ കാശുണ്ടാക്കുന്ന കാലഘട്ടം കൂടിയായിരുന്നു അത്."

"ഈ പ്രത്യേക സാഹചര്യങ്ങളുടെ സമ്മർദ്ദം മൂത്തപ്പോൾ ഒരു ദിവസം എന്റെ പന്ത്രണ്ടാം വയസ്സിൽ ഞാൻ വീട്ടിൽനിന്നും ഒളിച്ചോടി. ഇനി മടങ്ങിച്ചെല്ലാൻ ഇടവരില്ല എന്ന ഉറപ്പോടെയാണ് വീടുവിട്ടത്."

ടി എൻ ഗോപകുമാറിന്റെ *മുനമ്പ്* എന്ന നോവൽ വായിച്ചപ്പോൾ, അദ്ദേഹത്തിന്റെ *ശുചീന്ദ്രംരേഖക*ളിലെ ഈ വാകൃങ്ങൾ ഓർമ്മയിലെത്തുകയും ശ്രദ്ധിപ്പിക്കാൻ പിടിവാശി കാണിക്കുകയും ചെയ്തു. ദേവനായകം എന്ന ഒരു കഥാപാത്രം നോവലിലും ഓർമ്മക്കുറിപ്പിലും കടന്നുവരുന്നതും സാദൃശ്യങ്ങളുടെ ആശ്ചര്യംകൂട്ടാൻ കാരണമായി. *മുനമ്പ്* എന്ന നോവൽ എഴുത്തുകാരന്റെ ജീവിതയാത്രാവിവരണമാണ് എന്ന ആരോപണം ഉന്നയിക്കാൻ വേണ്ടിയല്ല ഇത്രയും പറഞ്ഞത്. എഴുത്തിന്റെ പിന്നാമ്പുറങ്ങളിൽ പ്രചോദനശക്തിയായി വ്യക്ത്യനുഭവങ്ങളുടെ അദൃശ്യസാന്നിദ്ധ്യമുണ്ട് എന്ന് സൂചിപ്പിക്കാനാണ്.

മുനമ്പ് യാത്രയിലെ പ്രതിസന്ധിയാണ്; തുടർച്ചയെ തടയുന്ന സ്ഥലത്തിന്റെ അതിർത്തി. തുടർന്നുപോന്ന രീതി ഉപയോഗിക്കാൻ കഴിയാതെ, മുന്നോട്ടു നീങ്ങാൻ മറ്റേതെങ്കിലും മാർഗ്ഗം കണ്ടെത്തേണ്ട അവസ്ഥ. ഇവിടെവച്ച് ഒരുപക്ഷേ മടക്കയാത്രയ്ക്കുള്ള പ്രേരണ ഉണ്ടാകാം.

പിന്മടക്കം സാർത്ഥകമാകണമെങ്കിൽ ഉപേക്ഷിച്ചുപോന്നവയെക്കുറിച്ചുണ്ടായ തെറ്റായ ധാരണകൾ തിരുത്തേണ്ടിവരും, എന്നുമാത്രം.

പ്രതീക്ഷയോടെ മുന്നോട്ടു കുതിക്കുകയും അപ്രതീക്ഷിതമായി മടങ്ങുകയും ചെയ്യേണ്ട വിധി ഈ നോവലിലെ ഫാത്തിംസൺ എന്ന നായകനുണ്ടാകുന്നു. പെട്ര എന്ന ജർമ്മൻ യുവതിയിലൂടെയും മീര എന്ന ശുചീന്ദ്രത്തുകാരിയിലൂടെയും വർത്തമാനകാലത്തെയും സ്ഥലത്തെയും ഉപേക്ഷിക്കാൻ ഫാത്തിംസൺ ശ്രമിക്കുന്നു. പെട്രയുമായുള്ള ബന്ധത്തിലൂടെ മുനമ്പിൽനിന്നും രക്ഷപ്പെടാൻ ശ്രമിച്ചെങ്കിലും മാരാരിക്കുളം അവനു സമ്മാനിച്ചത് മടക്കയാത്രയാണ്. എന്നാൽ അവിടെനിന്നുമുള്ള തിരിച്ചുവരവിൽ അവന് ഒരു തൃപ്തിയുണ്ടായിരുന്നു. മുക്കുവനായി കേരളത്തിൽ ജനിച്ച അച്ഛൻ അമ്മയെയും കൂട്ടി കന്യാകുമാരിയിൽ വന്നു താമസിക്കുന്നത് എന്തിന് എന്ന ചോദ്യത്തിന് ഉത്തരം കിട്ടിയ സന്തോഷം. സ്ഥലകാലങ്ങളുടെ നിരാസത്തെക്കാൾ അവയുടെ യാഥാർത്ഥ്യം തിരിച്ചറിയുന്നത് ഒരു സാംസ്കാരിക നേട്ടമാകുന്നത് എങ്ങനെയെന്ന് അനുഭവം അവനെ പഠിപ്പിച്ചു. മുനമ്പിലേക്കുള്ള തീവണ്ടിയിൽ ഇരിക്കുമ്പോൾ ഫാത്തിംസൺ ആലോചിച്ചത് ഏഴു മണിക്കൂറുകളെക്കുറിച്ചാണ്. പുതിയ ബന്ധത്തിന്റെ സൂചനയായ ഏഴു ചുവടുകൾ മണിക്കൂറുകളായി രൂപമാറ്റം വന്നെന്നു മാത്രം. ഫാത്തിംസൺ അങ്ങനെ ഒരു സാംസ്കാരിക വീണ്ടെടുപ്പു നടത്തി.

അനുഭവയാഥാർത്ഥ്യത്തിന്റെ ബോധത്തിൽ പ്രതികരിക്കുന്ന അച്ഛനും സ്വപ്നലോകഭ്രമത്തിൽ വർത്തമാനകാലം മറക്കാൻ കൊതിക്കുന്ന മകനും തമ്മിലുള്ള ബന്ധം ഇതിവൃത്തത്തിലെ സംഘർഷനിയന്ത്രണം ഏറ്റെടുക്കുന്നുണ്ട്. രണ്ടു തലമുറകളുടെ പ്രതിനിധികളെക്കാൾ സംസ്കാരങ്ങളുടെ പ്രതീകമായി അവർ മാറുന്നു. മകന്റെ ആഗ്രഹങ്ങൾക്ക് തടസ്സം നില്ക്കുന്നില്ല എന്ന അച്ഛന്റെ സ്വഭാവം ഫാത്തിംസണിന്റെ അച്ഛനെക്കുറിച്ചുള്ള ചിന്തയ്ക്ക് കാരുണ്യസ്പർശം നല്കുന്നുണ്ട്. അധികാരത്തിന്റെ പിതൃഭാവത്തെക്കാൾ സൗഹൃദത്തിന്റെ അനുഭവതീവ്രതയാണ് അവരുടെ ബന്ധത്തിനുള്ളത്. നിഷേധത്തെക്കാൾ സമന്വയത്തിന് കരുത്തുണ്ട് എന്ന് ഫാത്തിംസൺ മനസ്സിലാക്കുന്നതും ഈ ബന്ധത്തിലൂടെയാണ്. ഫാത്തിംസണിന്റെയും മതാപിതാക്കളുടെയും ചിന്തയിലെ ചേർച്ചയും എതിർപ്പും എവിടൊക്കെയാണ് എന്ന് ജർമ്മൻകാരിക്കു മനസ്സിലാകുന്നുണ്ട്. അവനെ മുനമ്പിലേക്ക് മടക്കി അയയ്ക്കുന്നതിനു കാരണം അതാണ്.

ഫാത്തിംസണിന്റെ ജീവിതഗതി തിരിച്ചുവിടുന്നത് കേരളമാണ്. അമ്മയും അച്ഛനും കേരളീയർ, അയാൾ ഇഷ്ടപ്പെട്ട മീരയെ മറ്റൊരാൾ വിവാഹം കഴിച്ചു കൊണ്ടുപോയത് തിരുവനന്തപുരത്തെ കരമനയിലേക്ക്, ജർമ്മൻ ജീവിതസ്വപ്നത്തിന് കടിഞ്ഞാണിട്ടത് ആലപ്പുഴയിലെ മാരാ

രിക്കുളം, ഭൂതകാലം അദൃശ്യസാന്നിദ്ധ്യമായി എല്ലാ ചലനങ്ങളിലും കടന്നു വരികയാണ്. മറക്കാനോ മറയ്ക്കാനോ ശ്രമിക്കുന്ന സാംസ്കാരികപശ്ചാത്തലം ഒഴിവാക്കാനാവാതെ പിന്തുടരുകയാണ്.

മലയാള നോവലിൽ എത്രയോ യുവാക്കളുടെ യാത്രകൾ വായനക്കാർ കണ്ടതാണ്. നിഷേധിച്ചവരെക്കൊണ്ട് അംഗീകരിപ്പിക്കാൻ മടങ്ങിവന്നവർ, അനുഭവതീക്ഷ്ണത നല്കിയ വ്യർത്ഥതാബോധത്തിലൂടെ ജീവിതത്തെ കാണാൻ ശ്രമിച്ചവർ, ആത്മഹത്യ ദാർശനികസ്വാതന്ത്ര്യമായി കരുതിയവർ. ഇങ്ങനെ പലർ. മുനമ്പിലെ നായകൻ ജീവിതമൂല്യങ്ങളെ സ്നേഹിക്കാനും തിരിച്ചറിയാനും മടങ്ങിവരികയാണ്. ഇവിടെ മടക്കയാത്ര സാംസ്കാരിക പുനർജ്ജനി ആയി മാറുന്നു.

ജനപ്രിയ നോവലിന്റെ ആഖ്യാനതലം പങ്കുവയ്ക്കുന്നുണ്ടെങ്കിലും, *മുനമ്പ്* ഉപരിപ്ലവമായ ജീവിതസമീപനത്തെ ഉപേക്ഷിക്കുന്നു. ബാഹ്യമായ വികാരങ്ങൾക്ക് എഴുത്തുകാരൻ അവധി കൊടുക്കുകയാണ്. മുനമ്പിൽ എത്തുന്ന ഒരാൾക്ക് അവിടത്തന്നെ ജീവിക്കാനോ പിന്തിരിയാനോ ഉള്ള സാദ്ധ്യതകളാണുള്ളത്. നിലനില്പിന്റെയും അതിജീവനത്തിന്റെയും കരുത്ത് ഫാത്തിംസൺ നേടിയെടുക്കുന്നത് ഭൂതകാല സത്യത്തിന്റെ തിരിച്ചറിവിലൂടെയാണ്. പിതൃരൂപത്തിൽ സാന്ത്വനസാമീപ്യമായി നിന്നിരുന്ന ഈ സത്യം കണ്ടെത്താൻ ഫാത്തിംസണിന് അല്പകാലം വേണ്ടിവന്നു എന്നുമാത്രം.

കടലും കരയും തമ്മിലുള്ള ബന്ധമാണ് ജീവിതം എന്നു കരുതുന്നവരുടെ ജീവിതസംഘർഷം കടൽമുരൾച്ചപോലെ മന്ദമെങ്കിലും ഘനസാന്ദ്രമാണ്. രണ്ടാം അദ്ധ്യായത്തിൽ അച്ഛനും മകനും തമ്മിലുള്ള ഒരു സംഭാഷണംതന്നെ തെളിവ്.

“കടലിനെ നോക്ക്.” കടൽ ആയിരമായിരം തുള്ളികൾ തറച്ച തടാകത്തിന്റെ വേദനയോടെ കിടന്നു. വേഗത്തിൽ മഴ നിന്നു. എന്നാലും മേഘങ്ങൾ സൂര്യനെ മൂടി. ഞാൻ ആകാശത്തു നോക്കി. അച്ഛൻ പറഞ്ഞു.

“കടലിനെ നോക്ക്.”

കടൽ ഇളകുന്നു. ആഴങ്ങളിൽനിന്ന് ഏതോ സമ്മർദ്ദങ്ങൾ കടലിന്റെ മേൽപ്പരപ്പിനെ കീറുവാൻ ശ്രമിച്ചു. തിരമാലകൾക്കു വേണ്ടിയുള്ള മുരൾച്ചയാരംഭിച്ചു.....

ഞാൻ മെല്ലെ വിറച്ചു. എനിക്കു വിയർക്കുന്നുണ്ടായിരുന്നു. അച്ഛൻ കണ്ടു. എന്തു പറ്റി? കുറേനേരം ഞാൻ മിണ്ടാതെ നിന്നു. വീടെത്തുന്നതിനു തൊട്ടുമുൻപ് ഞാൻ പറഞ്ഞു: “അച്ഛാ എനിക്ക് കോളേജിൽ പോണ്ട.”

രചനയിൽ ഗോപകുമാർ നിക്ഷേപിച്ചിരിക്കുന്ന ഇത്തരം മൗനങ്ങൾ കൃതിയെ ജനപ്രിയ നോവലിന്റെ പൊതുസ്വഭാവത്തിൽനിന്ന് ഉയരാൻ സഹായിക്കുന്നുണ്ട്. വായന അനുഭവംകൂടിയാണെന്ന് ഇത്തരം മൗന

ങ്ങൾ ഓർമ്മപ്പെടുത്തുന്നു. നോവൽ ശില്പത്തിൽ മാറ്റം വരുത്തി മലയാള നോവൽഗതിയെ നിയന്ത്രിക്കണം എന്ന ശാഠ്യമൊന്നും എഴുത്തുകാരനില്ല. ആഖ്യാനത്തിൽ കഴിഞ്ഞുപോയ ഒരു കാലഘട്ടത്തെ ഓർമ്മപ്പെടുത്തുന്നുവെങ്കിലും, ഭൂതകാലാനുഭവങ്ങൾക്ക് പ്രസക്തിയില്ലെന്ന് വാദിക്കുന്ന ഇന്നത്തെ ജീവിതക്രമത്തിൽ നിന്നുകൊണ്ട് സാംസ്കാരികത്തുടർച്ചയെക്കുറിച്ചുള്ള ഉൽക്കണ്ഠ രേഖപ്പെടുത്താൻ എഴുത്തുകാരൻ ശ്രമിക്കുന്നു. അതുകൊണ്ടാണ് *മുനമ്പ്* ശ്രദ്ധേയമാകുന്നത്.

12 ജൂലൈ 2001 **ഡോ. സി ആർ പ്രസാദ്**

ഒന്ന്

അച്ഛനോട് വഴക്കിട്ട് കോളനിയിൽ നിന്നിറങ്ങി പത്തു മിനിട്ടു നടന്ന് തീരറോഡിലെത്തിയ ശേഷമാണ് ഞാൻ കുറച്ചെങ്കിലും ശാന്തനായത്. വേഗത്തിൽ നടന്നപ്പോൾ കന്യാകുമാരി ടൗണും കഴിഞ്ഞ് ഗാന്ധിസ്മാരകത്തിന്റെ മുൻപിലെത്തിയതറിഞ്ഞില്ല.

എവിടെയും നില്ക്കാൻ വയ്യ. ടൂറിസ്റ്റുകൾക്കിടയിലും കോളനിയിലെ മുക്കുവരുണ്ടാകും. കിട്ടുന്നത് അന്നുതന്നെ വടയും ചാരായവും കടലയും വാങ്ങി തീർക്കുന്നവർ. ഞാൻ വേഗത്തിൽ വലത്തോട്ടു നടന്നു. നൂറു വാര കഴിഞ്ഞപ്പോൾ കാലു കഴച്ചു. ഞാൻ അരമതിലിലിരുന്നു കാലു നീട്ടി.

"സംഗമമത്രേ! ബംഗാളെവിടെ? അറേബ്യയെവിടെ? എങ്ങനെ ബംഗാൾ ഉൾക്കടൽ? അറേബ്യൻ കടൽ?" എന്നു ചോദിച്ചതിന് ഏഴാം ക്ലാസിൽ തല്ലു വാങ്ങിയതാണ്.

"മാരാരിക്കുളം കടൽക്കരയിൽനിന്നോടി ഇവിടെ വന്ന് നിന്റമ്മയുമായി കഷ്ടപ്പെടുകയാണ് ഞാൻ. പിടിക്കുന്ന ഓരോ മീനും നിന്റെ കോൺവെന്റ് പഠിത്തത്തിനാണ്. എന്നിട്ടാണ് നീ ക്ലാസിൽ തോന്ന്യാസം കാട്ടുന്നത്." അച്ഛന്റെ ശകാരം ഓർത്തു.

അച്ഛന്റെ ഈ പറച്ചിൽ കേട്ട് കുറെ മടുത്തതാണ് ഞാനും അമ്മയും. മുക്കുവനായി കേരളത്തിൽ ജനിച്ച എന്റെ അച്ഛൻ എന്തിന് അമ്മയെയും കൂട്ടി കന്യാകുമാരിയിൽ വന്നുവെന്ന് ചോദിക്കാൻ എനിക്ക് ധൈര്യമില്ല. ഒരു പ്രാവശ്യം മെല്ലെ അമ്മയോട് തിരക്കി. പതിവില്ലാത്ത ക്ഷോഭം കാട്ടി അമ്മ പറഞ്ഞു: "അച്ഛനോടു ചോദിക്ക്."

അരമതിലിൽനിന്ന് ഞാനെഴുന്നേറ്റു. ഇന്നെന്നെ തട്ടേണ്ട ഒരു കാര്യവുമില്ലായിരുന്നു. വിവേകാനന്ദപുരത്ത് വന്ന ഒരു ജപ്പാൻകാരി കൈകാട്ടി എന്റെ സൈക്കിൾ നിർത്തി ലിഫ്റ്റ് ചോദിച്ചു. എന്റെ പത്താം ക്ലാസ്

ഇംഗ്ലീഷിനെക്കാളും മോശം ഇംഗ്ലീഷായിരുന്നു. ജപ്പാൻകാർ പൊതുവെ കന്യാകുമാരിയിൽ വരുന്നത് കുറവാണ്. പെണ്ണുങ്ങൾ വളരെ അപൂർവ്വം. ചെറിയ ഭാരമല്ലേ, ഒന്നര കിലോമീറ്ററല്ലേ എന്നോർത്തു പിറകിൽ കയറ്റി. ഇതു ഞാൻ പലപ്പോഴും ചെയ്തിട്ടുള്ളതാണ്, അച്ഛനിഷ്ടമല്ലെങ്കിലും. ചിലർ പൈസ തരും. മിക്കപ്പോഴും ഞാൻ വാങ്ങാറില്ല. എനിക്കിവറ്റകളെ നന്നായറിയാം.

ജപ്പാൻകാരി സൈക്കിളിൽനിന്നും ചാടിയിറങ്ങി ഗുഡ്ബൈ പറഞ്ഞ് ദേവീക്ഷേത്രത്തിലേക്കോടുന്നതും നോക്കി ഞാൻ നില്ക്കുമ്പോൾ അച്ഛനോടൊപ്പം മീൻ പിടിക്കാൻ പോകുന്ന കാന്തിമതി കണ്ടു. വീട്ടിലെത്തിയപ്പോൾ അച്ഛൻ ജ്വലിച്ചുനില്ക്കുന്നു — കന്യാകുമാരിയിലെ ഉച്ചസൂര്യനെപ്പോലെ. ഒരടിയേ കിട്ടിയുള്ളൂ. ആദ്യമായാണ്. എനിക്ക് കരച്ചിൽ വന്നു. അമ്മ അച്ഛനെ നോക്കി. സൈക്കിൾപോലുമെടുക്കാതെ ഞാൻ നടന്നു.

"പോയി നോക്കെടാ, വേറെ വല്ലവരെയും കിട്ടുമോ എന്ന്." അച്ഛൻ പിറകിൽനിന്നും ഉറക്കെ പറഞ്ഞു.

ഞാൻ മണൽത്തേരിയിലേക്ക് പിന്നെയും നടന്നു. കാലു കഴച്ചപ്പോൾ മണലിലിരുന്നു. അകലെ ഒന്നുരണ്ടുരൂപങ്ങൾ മാത്രം. സന്ധ്യയാകാറായി.

കടലിൽ വലിയ അനക്കങ്ങളില്ല. വീട്ടിൽ പോയാലോ? ഞാനാലോചിച്ചു. വിശക്കുന്നുണ്ട്. പക്ഷേ, അച്ഛന്റെ മുഖമോർത്ത് ധൈര്യം വന്നില്ല. അച്ഛനെന്തിന് ഈ വിദേശികളെ പേടിക്കുന്നു? നമ്മുടെ നാടല്ലേ?

എന്നോടുള്ള വിശ്വാസക്കുറവാണ്. ഒരിക്കൽ കൂടെ നടന്ന് സ്ഥലങ്ങൾ കാട്ടിക്കൊടുത്തതിന് ഒരു നോർവേക്കാരൻ ഒരു നോട്ടു തന്നു. ഡോളർ നോട്ട്. അതിനു മുൻപും ഞാൻ കണ്ടിട്ടുണ്ട്. കൈയിൽ കിട്ടുന്നത് ആദ്യമായാണ്. പത്തു ഡോളർ! 350 രൂപയെങ്കിലുമുണ്ടെന്ന് എനിക്കറിയാം. നോട്ടു തരുന്നതിനോടൊപ്പം എന്നെ ചേർത്തുപിടിച്ച് അയാൾ ഒരുമ്മയും തന്നു. ശരീരത്തിൽ രണ്ടു വേദനകൾ ഒന്നിച്ചുകയറി-കവിളിലെ നോർവെ വിയർപ്പും പോക്കറ്റിലെ പത്തു ഡോളറും.

എന്റെ ഭാവവ്യത്യാസം കാണാതെ അയാളെന്നെ തമിഴ്നാട് ടൂറിസ്റ്റ് ബംഗ്ലാവിലെ മുറിയിലേക്കു ക്ഷണിച്ചു.

"ടുമാറോ" എന്നു പറഞ്ഞ് ഞാൻ ഓടി രക്ഷപ്പെടുകയായിരുന്നു. ആ പത്തു ഡോളറിന്റെ വേദനയുമായി ഞാൻ ഒരാഴ്ച ചെലവിട്ടു. സഹിക്കാൻ വയ്യാതായപ്പോൾ ക്ഷേത്രമുക്കിലെ ഗൈഡ് ദേവസഹായത്തിന്റെ സഹായം തേടി. പത്തു വയസ്സിൽ ദേവസഹായം ഗൈഡായതാണ്. അവനും മുക്കുവനാണ്. ഇപ്പോൾ ഒമ്പതു കൊല്ലത്തെ പരിചയമുണ്ട്.

എന്നെക്കാളും മൂന്നു വയസ്സേ കൂടുതലുള്ളൂ. മിടുക്കൻ. കോളനിയിൽ അവന്റെ വീട്ടിൽ മാത്രമേ ടെലിവിഷനുള്ളൂ. അവിടെ ഞാൻ പോകുന്നതുതന്നെ അച്ഛനിഷ്ടമില്ല. ദേവസഹായം മുൻപൊരിക്കൽ പറഞ്ഞു:

"ടേയ്, ഉങ്കപ്പ കേരളാവിലേരിന്ത് ഇങ്ക വന്ത് കഷ്ടപടറാർ; ഇന്ത വയസ്സിലെ മീൻ പിടിക്കപ്പോറാൻ; എതിക്കിടാ? ഉനക്കാക! എൻകൂടെ വാടാ."

“ഉതെവിട പൈസ കിടയ്ക്കും. ഉനക്കിംഗ്ലീഷ് തെരിയുമേ. എനക്കും സഹായം നിനച്ചാ അമേരിക്കവരെ പോലാം.”

ദേവസഹായം ഡോളർ നോട്ടു വാങ്ങി തിരിച്ചും മറിച്ചും നോക്കി; എന്നെയും.

“സബാഷ്, നീ വഴിക്ക് വന്തിട്ടെ.” ഒന്നു നിർത്തി എന്നെ വീണ്ടും നോക്കി, ചിരിച്ചു: “ബിസിനസ്സിലെ ഇന്ത പൈസ എപ്പടി കിടച്ചിതിണ്ണ് കേക്കക്കൂടാത്.” ദേവസഹായം ഉള്ളിലേക്കു പോയി, ഉടനെ മടങ്ങി വന്നു. 200 രൂപ എന്റെ കൈയിൽ ഏല്പിച്ചു.

“റേറ്റ് പടി ഇതു കുറവ്. നാൻ നല്ല വിലയ്ക്ക് വിത്താൽ ഇനിയും തറേൻ. എന്നൈ നമ്പിക്കയ്താനെ.” പത്തുരൂപയുടെ 20 നോട്ടുകൾ എന്റെ കൈയിൽ തിളച്ചു. ബാക്കിയുടെ കാര്യത്തിൽ വിശ്വാസമാണെന്ന് ഞാൻ മുഖമാട്ടി. എന്നാലും ഞാനറച്ചു.

“ദേവസഹായം......”

“എന്നടാ?”

“എനിക്കിന്ത പൈസ വീട്ടിലെ കൊണ്ടുപോകമുടിയാത്.”

“പിന്നെ?”

“നീ വച്ചുക്കോ. നാൻ പിന്നാടി വാങ്കിക്കിറേൻ.”

ദേവസഹായം ഒരടി പിറകോട്ടു മാറി.

“ടേയ്, നീ തിരുടിനയാ?”

ഞാൻ അന്ധാളിച്ചു. കഥ മുഴുവനും പറഞ്ഞു. അച്ഛനോടുള്ള പേടിയും.

ദേവസഹായം ഉറക്കെ ചിരിച്ചു. പെട്ടെന്ന് ഗൗരവക്കാരനായി: “ടേയ്, കൊടുത്ത പൈസ നാൻ തിരുപ്പിവാങ്കമാട്ടേൻ. ഇന്നിക്ക് വച്ചുക്കോ. നാളക്കെതാവതു പണ്ണലാം.” ദേവസഹായം നടന്നുമാറി.

ഞാൻ മെല്ലെ തിരിഞ്ഞു.

പിറകിൽനിന്ന് ദേവസഹായം വിളിച്ചു:

“ടേയ്, അന്ത നോർവെ പയൽ എന്ത റൂമിലേണു ചൊന്നേ?”

ഞാൻ റൂംനമ്പർ പറഞ്ഞു. “ശരി, പോ.” ദേവസഹായം നടന്നു. ദേവസഹായത്തോട് റൂം നമ്പർ പറയേണ്ടിയിരുന്നില്ലെന്ന് പെട്ടെന്നു തോന്നി, അവൻ വല്ല കുഴപ്പവുമുണ്ടാക്കിയാലോ?

ഞാൻ 200 രൂപയുടെ നോട്ടുകൾ ഷർട്ടിന്റെ പോക്കറ്റിൽ തിരുകി വീട്ടിലേക്ക് നടന്നു. ഇപ്പോൾ അച്ഛൻ എത്തിയിട്ടുണ്ടാവില്ല. കൊണ്ടുപോയി എന്റെ മരപ്പെട്ടിയിൽ ഒളിച്ചുവയ്ക്കാം. ഓരോ നോട്ടായി മെല്ലെ ചെലവാക്കാം. എനിക്ക് ഉത്സാഹം തോന്നി.

“ഫാത്തിംസൺ!” പിറകെനിന്നും വിളി. അച്ഛൻ! വലുതും ചെറുതുമായ രണ്ട് മീൻകുട്ടകളുണ്ട്. ക്ഷീണിതനാണ്. “ഇതു പിടിക്കടാ.” കൈയിലെ മീൻകുട്ട അച്ഛൻ എന്റെ തലയിൽ വെച്ചു. “ഭാരമൊന്നുമില്ല. മാരാരിക്കുളത്ത് നല്ല മീനുണ്ടായിരുന്നപ്പോൾ ഇവിടെ വന്നതാണ്. അന്നിവിടെ എന്തൊരു മീനായിരുന്നു! ഇന്നിവിടെയുമില്ല. അവിടെയും കാണില്ല. കടലെല്ലാം വറ്റുകയാണ്. അച്ഛൻ കിതയ്ക്കുന്നുണ്ടായിരുന്നു. ഞാൻ ശങ്കയോടെ കൂടെ നടന്നു.

"ഇവിടെ മീനില്ലെങ്കിലും നല്ല മുക്കുവരുണ്ട്. അതുകൊണ്ടാടാ നീ കോൺവെന്റിൽ പോകുന്നത്." അച്ഛൻ തുടർന്നു: "മീൻകുട്ട ചുമക്കാൻ നിനക്കു മടിയുണ്ടോ?"

"ഇല്ല." ഞാൻ ധൃതിയിൽ പറഞ്ഞു. ഞാനും അച്ഛനും കോളനിയിലെ ഓടു പാകിയ കുടിലിനു മുന്നിലെത്തി. അച്ഛൻ ഭാരം നിലത്തിറക്കി. എന്റെ കുട്ടയെടുക്കാൻ കുനിഞ്ഞു. കുട്ട കൈമാറിയപ്പോൾ പെട്ടെന്നെത്തിയ കടൽക്കാറ്റ് എന്നെയാകെ പൊതിഞ്ഞു. എന്റെ പോക്കറ്റിലെ നോട്ടുകൾ പുറത്തുചാടി ഇളകിയാടി പറന്നു. ഞങ്ങളിരുവരും ഒരു നിമിഷം സ്തബ്ധരായി നിന്നു. അറിയാതെ എന്റെ കൈ പറക്കുന്ന നോട്ടുകളെ പിടിക്കാൻ മുൻപോട്ടാഞ്ഞു: "വേണ്ട," അച്ഛന്റെ ശബ്ദത്തോടൊപ്പം കരുത്തുള്ള വിയർത്ത ആ കൈ എന്റെ കഴുത്തിനെ ചുറ്റി. എന്റെ മൂക്കിൽ പച്ചമീനിന്റെ ഗന്ധം ഇരച്ചുകയറി. ഞാൻ ചുമച്ചു. കൈ അയഞ്ഞില്ല. നോട്ടുകൾ പറന്നു കടലിനെ നോക്കി ഉയർന്നു. കൂടുതൽക്കൂടുതൽ ഉയരങ്ങളിലേക്കായപ്പോൾ അവയ്ക്ക് അസ്തമയ വെളിച്ചത്തിൽ മിന്നാമിനുങ്ങുകളുടെ തിളക്കമുണ്ടായി. ഞാനും അച്ഛനും അതു നോക്കി നിന്നു. ഇടയ്ക്ക് ഞാൻ വീണ്ടും ചുമച്ചു. കടലിരമ്പുന്ന ശബ്ദം കൂടി, എന്റെ കണ്ണുകൾ നിറഞ്ഞ് ഇരുട്ടായി. അച്ഛൻ കൈ വിട്ടപ്പോൾ ഞാൻ നിലത്തു വീണു. അപ്പോഴാണ് അമ്മ പുറത്തു വന്നത്. 'അയ്യോ' എന്നു നിലവിളിച്ച് അമ്മ എന്റെയടുത്തണഞ്ഞപ്പോഴാണ് അച്ഛൻ നോട്ടുകളിൽനിന്നും നോട്ടം മാറ്റിയത്. ഏതോ മന്ത്രവാദത്തിൽനിന്നുണർന്നതുപോലെ അച്ഛൻ കുനിഞ്ഞ് എന്നെ വാരിയെടുത്ത് അകത്തേക്കു കൊണ്ടുചെന്നു. നിലവിളിച്ചു കൊണ്ടു അമ്മ പിറകെ ഓടിയെത്തി.

ഞാൻ കണ്ണു തുറന്നു; അടച്ചു. അതു കണ്ട അച്ഛൻ എഴുന്നേറ്റു: "അവനെ ഉണർത്തി എന്തെങ്കിലും കൊടുക്ക്. ഞാനിപ്പോ വരാം." അച്ഛൻ പുറത്തേക്കിറങ്ങി.

അമ്മ വിതുമ്പിക്കൊണ്ട് എന്നെയുണർത്തി;"എന്തുപറ്റിയെടാ?" ഞാൻ കരഞ്ഞു, വീണ്ടും കരഞ്ഞു. കരച്ചിലിനിടയിൽ കഥ പറഞ്ഞു. അമ്മ തേങ്ങിക്കൊണ്ടു കേട്ടു. ഞാൻ പറഞ്ഞു നിർത്തിയപ്പോൾ അമ്മ ചാടിയെഴുന്നേറ്റു: "പോയി അച്ഛനെ നോക്ക്." ഞാൻ കഴുത്ത് തിരുമ്മിക്കൊണ്ട് മടിച്ചു നിന്നു."പോടാ, അങ്ങേരെന്തെങ്കിലും ചെയ്യും."

ഞാൻ പുറത്തിറങ്ങിയപ്പോൾ ഇരുട്ടിക്കഴിഞ്ഞിരുന്നു. പക്ഷേ, അച്ഛനെ തേടി അധികം നടക്കേണ്ടിവന്നില്ല. അസ്തമയത്തിനുശേഷമുള്ള കടൽക്കരയിൽ, മറ്റു പാറകളിൽനിന്നു മാറി ഒറ്റയ്ക്ക് മുഖം പൊത്തി കിടക്കുന്ന പഴയൊരു കറുത്ത പാറക്കഷണത്തിൽ തലചാച്ച് കാലുകൾ മണ്ണിൽ നീട്ടി, കൈകൾ യോഗാസനത്തിലെന്നപോലെ തുടയ്ക്കു മുകളിൽ ചേർത്തുപിടിച്ച് അച്ഛനിരിപ്പുണ്ടായിരുന്നു. ഒരു ഒറ്റത്തോണി കരയിലേക്കടുക്കുന്നുണ്ട്. പക്ഷേ, കരയ്ക്കടുക്കുന്ന മീൻതോണിയുടെ സാധാരണ വേഗതയില്ല.

"പാവത്തിന് ഒന്നും കിട്ടിക്കാണില്ല." അച്ഛൻ എന്നെ നോക്കാതെ പറഞ്ഞു. ഞാനൊന്നും മിണ്ടയില്ല. അച്ഛൻ കൂടുതൽ മൃദുലമായ ശബ്ദത്തിൽ ചോദിച്ചു:

"നിനക്കാ കാശ് എവിടന്നു കിട്ടി?"

ഞാൻ മിണ്ടാതെ നിന്നു.

"നീയടുത്തു വാ." അപ്പോഴും അച്ഛനെന്നെ നോക്കുന്നില്ല. അച്ഛൻ നീട്ടിയ കൈയ്ക്കുള്ളിൽ ഞാൻ കടന്നു. എന്നെ നെഞ്ചിലേക്കടുപ്പിച്ചിട്ട് അച്ഛൻ ചോദിച്ചു:

"നീ മോഷ്ടിച്ചോ?"

"ഇല്ലച്ഛാ." ഞാൻ വിതുമ്പി. എന്റെ കരച്ചിൽ നില്ക്കാൻ അച്ഛൻ കാത്തിരുന്നു.

"ഞാനെല്ലാം അമ്മയോടു പറഞ്ഞു." എന്നെ മെല്ലെ ഉയർത്തി അച്ഛൻ എഴുന്നേറ്റു. ഞങ്ങൾ വീട്ടിലേക്കു നടക്കുമ്പോൾ അച്ഛൻ സംസാരിച്ചില്ല.

അമ്മ മുറ്റത്തിരിപ്പുണ്ടായിരുന്നു. അതു കണ്ടപ്പോൾ അച്ഛന് പിടിച്ചു നില്ക്കാനായില്ല. ഒരു കുട്ടിയെപ്പോലെ പൊട്ടിക്കരഞ്ഞ്, അച്ഛൻ അമ്മയുടെ മടിയിൽ വീണു. അച്ഛനെ താങ്ങി അമ്മ അകത്തേക്ക് കൊണ്ടുപോയി. ഞാൻ തിണ്ണയിൽ വീണു മുഖം അമർത്തി. കടൽക്കാറ്റിന് ഈർപ്പം കൂടി. ഞാൻ മെല്ലെ മയങ്ങാൻ തുടങ്ങിയപ്പോൾ എന്നെ അച്ഛൻ എടുത്ത് അകത്തെ മുറിയിൽ കൊണ്ടു കിടത്തി. "പഴയതുപോലെ അവനെ എടുക്കാൻ വയ്യ. അവന്റെ ഭാരം കൂടി. എന്റെ ശക്തി കുറഞ്ഞു." അച്ഛന്റെ ശബ്ദത്തിലെ ചെറിയ ചിരിയുടെ അർത്ഥം തേടി ഞാനുറങ്ങി. അന്ന് ഞങ്ങളാരും രാത്രിഭക്ഷണം കഴിച്ചില്ല.

രാവിലെ ഞാനുണർന്നപ്പോൾ അച്ഛനില്ല. അമ്മ പുറത്തേക്ക് നോക്കി നില്ക്കുകയാണ്. ഞാനും പുറത്തിറങ്ങി. ദൂരെ കടലിന്റെ വക്കിൽ അച്ഛനും ദേവസഹായവും സംസാരിച്ചുനില്ക്കുകയാണ്. ഞാൻ പരിഭ്രമത്തോടെ അങ്ങോട്ടു നടന്നു. ദേവസഹായം എന്നെ നോക്കി മുഖം കുനിച്ചു. അച്ഛൻ എന്നെ കണ്ടതായി ഭാവിച്ചില്ല.

"ഇവനെ കൂട്ടിട്ടു പോറയാ?"

ദേവസഹായത്തോട് അച്ഛൻ ചോദിച്ചു. ദേവസഹായം ഒന്ന് നിശ്വസിച്ചിട്ട് കൂടെ നടന്നു. അച്ഛൻ ദേവസഹായം നടന്നു മറയുന്നതുവരെ നോക്കിനിന്നു. മണിക്കൂറുകൾക്കു ശേഷം ആദ്യമായി അച്ഛൻ എന്റെ മുഖത്തേക്ക് നോക്കി.

"വാ, വല്ലതും കഴിക്കാം. ഇന്നലെ എല്ലാവരും പട്ടിണി കടന്നതല്ലേ!"

വീട്ടുമുറ്റത്തെത്തിയപ്പോൾ അമ്മയോടും എന്നോടുമായി അച്ഛൻ കല്പിച്ചു: "എല്ലാം ഒരു ചീത്ത സ്വപ്നമായി കണ്ടാൽ മതി. ദേവസഹായത്തിന് അവന്റെ വഴി നമുക്കതു പറ്റില്ല."

ഞങ്ങൾ മിണ്ടാതെ നിന്നു.

"ഇവിടെ കെട്ടിക്കാൻ പെണ്ണൊന്നുമില്ല. ആവശ്യത്തിന് കാശുമതി."

"പോരെ?" എന്നോടായി മുഖം തിരിച്ച് അച്ഛൻ ചോദിച്ചു. "മതി" ഞാൻ പറഞ്ഞൊപ്പിച്ചു.

"രണ്ടുപേരും കയറി വല്ലതും കഴിക്ക്", അമ്മയുടെ ശബ്ദം ആജ്ഞയുടേതായിരുന്നു.

“ങാ. കഴിച്ചിട്ട് ഒന്നുകൂടെ കിടക്കാം. ഇന്നിനി കടലിൽ പോയിട്ട് കാര്യമില്ല.” അച്ഛൻ അകത്തു കയറി. തലേന്നാളത്തെ കഞ്ഞിയോടൊപ്പം അമ്മ രാവിലെ അരച്ച മീൻചമ്മന്തിയുംകൂട്ടി ഞങ്ങൾ ആഹാരം കഴിച്ചു. അച്ഛൻ കുടിലിനു പിന്നിലെ ചെറിയ ചായ്പിലെ പഴയ ചാരുകസേരയിൽ ചെന്നിരുന്നു. ഞാൻ അമ്മയോടു മുഖം കാട്ടി അനുവാദം വാങ്ങി മെല്ലെ പുറത്തേക്കിറങ്ങി. അച്ഛൻ ശാന്തനാവട്ടെ എന്നമ്മയും കരുതിയതുകൊണ്ടാവാം എന്നെ വിലക്കിയില്ല.

രണ്ട്

ഞാൻ പ്രതീക്ഷിച്ചതുപോലെ ദേവസഹായം വഴിയിൽ കാത്തുനില്ക്കുന്നുണ്ടായിരുന്നു. അവൻ വഴക്കുണ്ടാക്കുമെന്നാണ് കരുതിയത്. പക്ഷേ, കള്ളൻ ചിരിക്കുകയാണ്.

“ടേയ്, 200 രൂപാ കടലിലെ പോച്ച്, ഇല്ലയാ?”

ഞാൻ പറന്നുപോയ നോട്ടുകളിലെ മിന്നാമിനുങ്ങുകളെ ഓർത്തു.

“എല്ലാം ഉൻ വേലയ്.” എന്റെ മറുപടി ദേവസഹായത്തെ കൂടുതൽ ചിരിപ്പിച്ചു. പെട്ടെന്ന് ചിരി നിർത്തി അവൻ ഗൗരവക്കാരനായി. അതവന്റെ സ്ഥിരം അടവാണ്.

“ഉതൃപ്പൻ പാവം, ചൊന്നാ പുരിയാത്.” ദേവസഹായം ലുങ്കിയുടെ ഒരറ്റത്തിൽ തിരുകിയ നോട്ടുകൾ പുറത്തെടുത്തു.

ഞാൻ വിരണ്ടു: “എതുക്ക്?”

“ഉൻ പണം താൻ, വാങ്കിക്കോ?”

“എപ്പടി?”

ദേവസഹായം ഒന്നുകൂടി ചിരിച്ചു: “നീ എന്നയ്പ്പത്തി എന്നാ നിനച്ചേ? ഉനക്ക് ഡോളർ തന്ത നോർവേക്കാരൻകിട്ടെ പോനേൻ; വിരട്ടിനേൻ. പത്തുഡോളർകൂടി തന്താൻ!”ദേവസഹായം വിജയഭാവത്തിൽ എന്നെ നോക്കി: “ഇതു താണ്ടാ വിത്തയ്. ഉൻ പങ്കു പിടി.”

ഞാൻ പകച്ചുനിന്നു. നഷ്ടബോധത്തോടെ ദേവസഹായം തുടർന്നു: “കൊഞ്ചം കൂടി ഉനക്ക് തന്തിരുപ്പേൻ. ആനാ 100 രൂപ അന്ത കൃഷ്ണയ്യൻ വാങ്കിട്ടാർ.”

സ്കൂളിലെ ടീച്ചർ കൃഷ്ണയ്യരോ? ദേവസഹായത്തിന്റെ കാശോ?

ദേവസഹായം സങ്കടത്തോടെ ചിരിച്ചു: “ഇതു താൻ ബിസിനസ്. ഒരു ആൺപയ്യനെ വേറൊരു പെരിയ ആൺ ഏതാച്ചും പണ്ണിനാൽ കേസുണ്ടാ എണ്ണു കേട്ടേൻ. കൃഷ്ണയ്യർ ചൊന്നാർ! ഇംഗ്ലീഷിലെ പേര് സോഡമി. അതു നല്ലാ പഠിച്ചിട്ടു താനെ നോർവേക്കാരൻകിട്ടെ പോനേൻ.”

എന്റെ അന്ധാളിപ്പ് കണ്ട് ദേവസഹായം ഒന്നുകൂടി ചിരിച്ചു.

“നീ പെരിയ ഇംഗ്ലീഷ് കോൺവെന്റ്! സോഡമി തെരിയാതാ? ഫോറിൻ സിറ്റിസൺ ആനാ പെരിയ കേസ്. കൃഷ്ണയ്യരുടെ ഫീസ് 100 രൂപ. കള്ളപ്പട്ടർ! ആനാ നോർവേക്കാരനെ വിരട്ടപ്പോന പോതു കൂട വര ധൈര്യമില്ലയ്!”

ദേവസഹായം കാശുനീട്ടി: "വച്ചുക്കോ, സോഡമിക്ക് പ്രൂഫിരുക്ക്, പോലീസ് സ്റ്റേഷനിലെ നീ പേവേണ്ണ് പയമുറുക്കിനേൻ. എടുത്തു നീട്ടി നാൻ. കൊഞ്ചം കൂടെ കേട്ടേൻ. പയ്സയില്ലയ്ണ് മൂടപ്പയൽ അഴുതാൻ. വിട്ടിട്ടേൻ."

"ഇത് ഉൻ നൂറ്. കൃഷ്ണയ്യർ അക്കൗണ്ട് സെറ്റിൽഡ്."

എന്നിലെന്തോ കടന്നു കയറി. ഞാൻ കാശു വാങ്ങി. മെല്ലെ നോട്ടുകൾ എണ്ണി. അവയടുക്കി രണ്ടു വിരലുകൾക്കിടയിൽ കൂട്ടിപ്പിടിച്ച് കൈ ഉയർത്തി. കടൽക്കാറ്റ് വേഗത്തിൽ വീശി.

"ടേയ്, ദേവസഹായം." നടന്നു തുടങ്ങിയ അവൻ നിന്നു. തിരിഞ്ഞു: "പിടിച്ചുക്കോ." ഞാൻ നോട്ടുകൾ കാറ്റിലേക്കെറിഞ്ഞു. നോട്ടുകളെ ഒന്നിച്ചു പുണർന്ന കാറ്റ് വേഗത്തിൽ മാറി വീശി. "ടേയ്!" ഉറക്കെ നിലവിളിച്ചുകൊണ്ട് ദേവസഹായം നോട്ടുകൾക്ക് പിന്നാലെ ഓടി. ദേവസഹായത്തിന് എല്ലാ നോട്ടുകളും കിട്ടിയില്ല. ഞാൻ നോക്കി നിന്നു. കിട്ടിയവ പെറുക്കി അവൻ മടിശ്ശീലയിൽ തിരുകി, ദേഷ്യത്തിൽ എന്റെ അടുത്ത് വന്നു. എന്നെ തല്ലാനോങ്ങിയ വലതു കൈ എന്റെ ഇടത്തേ കൈ കടന്നുപിടിച്ചു. രണ്ടുമുക്കുവച്ചെക്കന്മാരുടെ കണ്ണുകൾ പരസ്പരം നോക്കി.

"കൈ വിട്ടിട്." ദേവസഹായം ക്ഷീണിച്ച ശബ്ദത്തിൽ പറഞ്ഞു. പിടിവിട്ട് ഞാൻ നടന്നു. ഇടയ്ക്ക് തിരിഞ്ഞുനോക്കിയപ്പോൾ ദേവസഹായം നഷ്ടപ്പെട്ട നോട്ടുകളെ തേടി വീണ്ടും പരതുകയായിരുന്നു.

"ഇതൊന്നുമല്ല ജീവിതം. ഇങ്ങനെ ആയിരം വഴക്കുകളിൽ ഞാൻ ജയിച്ചിട്ടുണ്ട്. പക്ഷേ, എപ്പോഴും മറ്റൊരു യുദ്ധം ബാക്കിയാകും."

അച്ഛൻ കടലിനെ നോക്കി പറയുമ്പോൾ അവർ ദേവസഹായവുമായി കസർത്തുകാട്ടിയ എന്റെ കൈയിൽ ഇല്ലാത്ത മുറിവുകൾ തേടുകയായിരുന്നു. അച്ഛൻ തിരിഞ്ഞ് പറഞ്ഞു: "ഒന്നും പറ്റില്ല. ആ ദേവസഹായത്തെ പിടിച്ചു മാറ്റാനുള്ള കരുത്തൊക്കെ ഇവനു കാണും. കോൺവെന്റിൽ പഠിച്ചതിന്റെ നഷ്ടം എന്തായാലും....." അമ്മയ്ക്ക് സഹിച്ചില്ല.

"എന്നാലവനെ കോൺവെന്റിൽ വിടണ്ട."

അച്ഛൻ മിണ്ടാതിരുന്നു.

"എന്തായാലും മൂന്നു മാസമേയുള്ളു. പിന്നെയോ?"

ഞാൻ അച്ഛനെ നോക്കി.

"നിനക്ക് കോളേജിൽ പോണോ?"

"എന്റെ കൂടെ പഠിക്കുന്നവരെല്ലാം നാഗർകോവിലിൽ അഡ്മിഷൻ ഏർപ്പാടാക്കി. ചിലർ മോട്ടോർ സൈക്കിളും വാങ്ങി." അച്ഛൻ കുറേനേരം ശബ്ദിച്ചില്ല.

"കോളേജ് ഫീസും ബസ്ചാർജ്ജുമെല്ലാം ഞാനന്വേഷിച്ചു." അച്ഛൻ നിർത്തി.

അമ്മ എന്നെ പെട്ടെന്ന് തള്ളിമാറ്റി.

"നീ പോയി മോഷ്ടിച്ച് മോട്ടോർ സൈക്കിൾ വാങ്ങിയിട്ട് വാ." അമ്മ അച്ഛന്റെ അരുകിൽ ചെന്നു. "അവനോടൊന്നും പറയണ്ട. ങാ." അച്ഛൻ എഴുന്നേറ്റു.

പെട്ടെന്നൊരിടിവെട്ടി. ഞങ്ങൾ മൂവരും ചാടി പുറത്തിറങ്ങി ആകാശത്തേക്ക് നോക്കി. നിഴലുകൾ പടർന്നു. ഇടിയും മിന്നലും മാറി മാറി ആകാശത്തേക്ക് വർണ്ണങ്ങൾ നിറച്ചു.

അച്ഛന്റെ കണ്ണുകൾ തിളങ്ങുന്നത് ഞാൻ കണ്ടു. മിന്നലുകൾ അച്ഛന്റെ കണ്ണുകളിലൂടെ സഞ്ചരിച്ച് മടങ്ങുന്നതുപോലെ തോന്നി. ആകാശം ഗർജ്ജനം തുടർന്നു.

"ആകാശം തെറ്റിയാൽ കടലും മാറും. വാ..." അച്ഛൻ എന്നെ പിടിച്ചു കടൽത്തീരത്തേക്ക് വേഗത്തിൽ നടന്നു.

"ഞങ്ങളിപ്പം വരാം." തലതിരിക്കാതെ അമ്മയോട് ഉറക്കെ പറഞ്ഞു.

കടൽത്തീരത്തെത്തിയപ്പോൾ സൂര്യൻ പാടെ മാഞ്ഞു. ബഹളമുണ്ടാക്കുന്ന ആകാശത്തെ നോക്കി കടൽ നിശ്ശബ്ദമായി കിടക്കുകയാണ്. ആവേശത്തോടെ അച്ഛൻ എന്റെ കൈ പിടിച്ച് കറുത്ത പാറയിൽ ഇരുത്തി.

"ഇവിടെയിരുന്ന് ആകാശത്തെയും കടലിനെയും നോക്ക്." വാനിൽ സൂര്യൻ വീണ്ടും കടക്കാൻ ശ്രമിക്കുകയാണ്. മുരളലുകൾ മെല്ലെയായി. അപ്പോൾ മഴ പെയ്തു. ഞാനൊരിക്കലും കണ്ടിട്ടില്ലാത്ത മഴ. വലിയ തുള്ളികൾ എന്നെ വേദനിപ്പിച്ചു.

സൂര്യൻ മെല്ലെ പുറത്തു വന്നു. പക്ഷേ, മഴയുടെ ഗാംഭീര്യം കൂടിയതേയുള്ളൂ.

"നിനക്ക് നനയാൻ വയ്യേ?" അച്ഛൻ ചോദിച്ചു.

ഞാൻ മഴയിലേക്ക് വായ വിടർത്തി വെള്ളം കുടിച്ച് തുള്ളിച്ചാടി.

"കടലിനെ നോക്ക്." കടൽ ആയിരമായിരം തുള്ളികൾ തറച്ച തടാകത്തിന്റെ വേദനയോടെ കിടന്നു. വേഗത്തിൽ മഴ നിന്നു. എന്നാലും മേഘങ്ങൾ സൂര്യനെ മൂടി. ഞാൻ ആകാശത്തു നോക്കി. അച്ഛൻ പറഞ്ഞു: "കടലിനെ നോക്ക്."

കടൽ ഇളകുന്നു. ആഴങ്ങളിൽനിന്ന് ഏതോ സമ്മർദ്ദങ്ങൾ കടലിന്റെ മേൽപ്പരപ്പിനെ കീറുവാൻ ശ്രമിച്ചു. തിരമാലകൾക്കു വേണ്ടിയുള്ള മുരൾച്ചയാരംഭിച്ചു.

ജലവരമ്പുകൾ മുങ്ങിത്താണു. പെട്ടെന്ന് ആകാശാതിർത്തിയിലെ അവസാന രേഖയിൽനിന്നും തിരകൾ ജന്മംകൊണ്ടു. ഒന്നും രണ്ടും മൂന്നും പതിനായിരം തിരകൾ വാനിനോടുള്ള ദേഷ്യം കരയോടു തീർത്തു. ആ ആക്രമണങ്ങൾ എന്റെയും അച്ഛന്റെയും കാലുകളിലെത്തി: "മതി എണീക്ക്. അമ്മ പേടിക്കും. ഇനി മൂന്നു ദിവസം കടലിങ്ങനെയായിരിക്കും." ഞങ്ങൾ തിരിച്ചുനടന്നു.

ഞാൻ മെല്ലെ വിറച്ചു. എനിക്ക് വിയർക്കുന്നുണ്ടായിരുന്നു. അച്ഛൻ കണ്ടു. എന്തുപറ്റി? കുറേനേരം ഞാൻ മിണ്ടാതെ നടന്നു. വീടെത്തുന്നതിനു തൊട്ടുമുൻപ് ഞാൻ പറഞ്ഞു: "അച്ഛാ, എനിക്ക് കോളേജിൽ പോണ്ട."

"പിന്നെ?"

"ഞാൻ ഒരു ഗൈഡായി ഇവിടെ ജോലിചെയ്യാം. എനിക്കിംഗ്ലീഷറിയാം." അച്ഛൻ ഒന്നു നിന്ന് എന്നെ നോക്കി: "വാ!" ഞങ്ങൾ വേഗത്തിൽ വീട്ടിലെത്തി.

അമ്മ വേവലാതിയോടെ പുറത്തു നില്പുണ്ടായിരുന്നു. ഞങ്ങളെ ഇരുവരെയും നോക്കി: "വേഗം തോർത്ത്. ഇതെന്തൊരു കളി!" അച്ഛനും ഞാനും നാണിച്ചു ചിരിച്ചു. അച്ഛന്റ ജാള്യം കണ്ട അമ്മയുടെ മുഖത്ത് പ്രകാശം പരന്നു.

"കടലിളകി. ഇനിയെനിക്ക് മൂന്നാലു ദിവസം പണിയില്ല!"

"ഹോളിഡേ! അങ്ങനെയല്ലേടാ ഇംഗ്ലീഷിൽ?" "ങാ," ഞാൻ മൂളി. ഞങ്ങൾ മുണ്ടഴിച്ച് പിഴിയുന്നതിനിടയിൽ അച്ഛൻ പറഞ്ഞു:

"അവന് കോളേജിൽ പോണ്ടത്രെ."

അമ്മ സൂക്ഷിച്ചെന്നെ നോക്കി.

"പിന്നെ?"

ഞാനച്ഛനെ നോക്കി. അച്ഛൻ ചിരിക്കുകയാണ്.

"നിങ്ങളവനെ പേടിപ്പിച്ചുകാണും." അച്ഛൻ ഒന്നുകൂടി വലുതായി ചിരിച്ചു.

"അല്ലെടീ, അവനിവിടെ ഗൈഡാകാൻ പോകയാണെന്ന്! ടൂറിസ്റ്റുകളോട് ഇംഗ്ലീഷിൽ കള്ളം പറയുന്ന പണി."

ഞാൻ എഴുന്നേറ്റു.

എസ് എസ് എൽ സി പാസായ ഗൈഡിന് കുറെ കഴിഞ്ഞാൽ രജിസ്ട്രേഷൻ കിട്ടും. എവിടെയും പോകാം. മധുര, രാമേശ്വരം, ഊട്ടി — എവിടെ വേണമെങ്കിലും ടൂറിസ്റ്റുകളെ കൂട്ടി പോകാം. ദേവസഹായത്തെപ്പോലെയല്ല.

"രജിസ്ട്രേഷനുള്ള ഗൈഡ്. ചിലപ്പോൾ ടൂറിസം വകുപ്പിൽ സ്ഥിരം ജോലിയും കിട്ടുമമ്മേ."

എന്റെ സ്വരം അഭ്യർത്ഥനയുടേതായിരുന്നു. അമ്മ അച്ഛനെ നോക്കി.

അച്ഛൻ മുഖംതിരിച്ചു പറഞ്ഞു:

"കടലിന്റെ സത്യം കരയ്ക്കില്ലടാ." കുറേനേരം ഞങ്ങളാരും മിണ്ടിയില്ല.

"അല്ലെങ്കിൽ അവൻ ഇവിടെ ഗൈഡാകട്ടെ, അല്ലെടീ?"

അപ്പോൾ അമ്മയ്ക്ക് സമാധാനമായി. "കോളേജിൽ പോയി കൂടുതൽ ചീത്തയാകുന്നതിലും ഭേദം അതാ."

അച്ഛൻ മുഖം തിരിച്ച് എന്നെനോക്കി ചിരിക്കാൻ ശ്രമിച്ചു. പരാജയപ്പെട്ടു. അപ്പോൾ വീണ്ടും മഴ പെയ്തു. ഞാനും അച്ഛനും അന്നു പുറത്തിറങ്ങിയില്ല. ഓടിട്ടതെങ്കിലും ഞങ്ങളുടെ കുടിൽ ഇളകുന്നതുപോലെ തോന്നി. കടലിന്റെ ആരവം കൂടിയും കുറഞ്ഞുമിരുന്നു. ചിലപ്പോൾ കടൽ സംസാരിക്കുന്നതുപോലെ, ഒരു സ്വകാര്യം പറയുന്നതുപോലെ, ചിലപ്പോൾ അച്ഛന്റെ ശബ്ദത്തിൽ. ആ സാന്ത്വനങ്ങളിൽ അന്നു രാത്രി ഞാനുറങ്ങി.

മൂന്ന്

ഗൈഡായ എന്റെ ആദ്യനാളുകൾ അത്ര സുഖകരമല്ലായിരുന്നു. തമിഴ്നാട്ടിൽത്തന്നെ ഞാൻ കാണാത്ത വലിയ അമ്പലങ്ങൾ കള്ളന്മാരായ ഗൈഡുകളെക്കൊണ്ട് നിറഞ്ഞുവെന്നു പറയുന്ന ടൂറിസ്റ്റുകളോട് എങ്ങനെ വിലപേശാൻ! പിന്നെ വരുന്നവന്റെ കൈയിലെല്ലാം ആരോ വരച്ചുകൊടുത്ത മാപ്പുകളുണ്ട്. കന്യാകുമാരിയിലെയും ശുചീന്ദ്രത്തെയും എല്ലാ റോഡുകളുമതിലുണ്ട്. ഒരു കിലോമീറ്റർ നടന്നാൽ ബീച്ച്, തിരിഞ്ഞ് നടന്ന് പടിയിറങ്ങിയാൽ ഗ്രാമം, മുകളിലേക്കു കയറിയാൽ ബസ്സ്റ്റാന്റ് രണ്ടു കിലോമീറ്റർ താഴെ റയിൽവെസ്റ്റേഷൻ, ഇടയ്ക്ക് വിവേകാനന്ദപുരം — വരുന്നവന്റെ കൈയിൽ എല്ലാ വിവരവും പടങ്ങൾ സഹിതമുണ്ട്.

ഒരുത്തന്റെ കൈയിലെ മാപ്പിനു താഴെ എഴുതിയിരിക്കുന്നു. 'ലോക്കലുകളെ ഒഴിവാക്കുക!' ലോക്കലുകളെ പേടിക്കുന്ന ടൂറിസ്റ്റ് അടുപ്പിച്ചിട്ടു വേണ്ടേ വല്ലതും കിട്ടാൻ. എല്ലാം ദേവസഹായത്തിനെപ്പോലുള്ളവർ ഉണ്ടാക്കിയ സൽപ്പേര്! വരുന്നവർ ഒരു രാത്രി തങ്ങിയിട്ടുവേണ്ടേ ഗൈഡിന്റെ ആവശ്യം!

''മതിയായോടാ?'' എന്റെ വിഷണ്ണത കണ്ട് ഒരിക്കൽ അച്ഛൻ ചോദിച്ചു.

"മോശം സീസണാണ്. നല്ല സീസണിൽ ചാകരയാണ്."

എന്റെ മാരാരിക്കുളം ഭാഷ അച്ഛനിഷ്ടപ്പെട്ടു.

"വരട്ടെ ചാകര, വരട്ടടാ, വരുമെടാ."

ചാകര വരാത്തപ്പോൾ ഞാൻ സൈക്കിളോടിച്ച് ശുചീന്ദ്രത്തുപോയി. ശുചീന്ദ്രത്ത് ലോഡ്ജുകളില്ലാത്തതുകൊണ്ട് ഒറ്റപ്പെട്ട ടൂറിസ്റ്റുകൾ എത്തും. ക്ഷേത്രഗോപുരത്തിനു ചുറ്റിലുമുള്ള നാടൻ ഗൈഡുകൾക്ക് അമ്പലം കാണിച്ചു പൈസ വാങ്ങണമെന്നേയുള്ളൂ. ഓരോ ടൂറിസ്റ്റിന്റെയും വ്യത്യസ്തമായ ആഗ്രഹങ്ങളറിയില്ല.

ഞാൻ ശുചീന്ദ്രം ബസ്സ്റ്റാന്റിൽ നില്ക്കും. തിരുവനന്തപുരത്തു നിന്നു വരുന്ന ബസുകളുടെ സമയമനുസരിച്ച്, കാറിൽ വരുന്ന ടൂറിസ്റ്റുകളെപ്പോലല്ല ഭാണ്ഡവും പൊക്കിയിറങ്ങുന്ന ചില ടൂറിസ്റ്റുകൾ. അവർക്ക് സമയമുണ്ട്, ഉദ്ദേശ്യങ്ങളുണ്ട്. ഇന്ത്യക്കാരായ നല്ല ടൂറിസ്റ്റുകളും പെടും.

അവരും കാശു തരാൻ മടിക്കുന്നവരല്ല.

ഇന്ത്യയിലെ സൂര്യൻ ചുമപ്പിച്ച തൊലി കണ്ടാൽ അറിയാം, വന്നിട്ടെത്ര കാലമായെന്ന്. എന്തോ ആലോചനയുമായിറങ്ങുന്ന സായിപ്പന്മാരുണ്ട്. ഇവരുടെ കൂട്ടത്തിൽ.

ഡു യു വാണ്ട് എ ഗൈഡ്, സർ? എന്ന് പിറകെ നടക്കുന്നതിവർക്കിഷ്ടമില്ല. ഈ വിദ്യ എന്നെ പഠിപ്പിച്ചത് ദേവസഹായമാണ്.

ബസിറങ്ങി ചുറ്റിലും നോക്കുമ്പോൾ പിന്നാലെ ഓടിപ്പോകരുത്. ആശാനോ ആശാത്തിയോ നടന്നു തുടങ്ങുമ്പോൾ പതുക്കെ അടുത്തു ചെല്ലണം.

"ക്യാൻ ഐ ഹെൽപ്പ്?"

ചിലർ പേടിച്ച് 'നോ, താങ്ക്സ്' എന്നു പറഞ്ഞ് നടക്കും. വിട്ടേക്കണം. ചിലർ ചോദിക്കും. "മിനറൽ വാട്ടർ കിട്ടുമോ? അമ്പലം ഇപ്പോൾ തുറന്നിട്ടുണ്ടാകുമോ? അടുത്തെങ്ങാനും നല്ല ബാത്ത്റൂമുണ്ടോ?" അത്തരം പ്രശ്നങ്ങൾക്ക് നാം പരിഹാരം കാണുന്നതിനിടയിൽ ഉറപ്പായി ചോദിക്കും: "വാട്ട് ഡു യു ഡു കിഡ്?" ചെക്കാ, എന്തു ചെയ്യുന്നു.

ഇത്തിരി നാണത്തോടെ പറയണം. ഞാനൊരു ടൂറിസ്റ്റ് ഗൈഡാണ്. നല്ലവനാണെങ്കിൽ രണ്ടോ മൂന്നോ ദിവസം നമ്മുടെ കൈയിൽ കിട്ടും. അല്ലെങ്കിൽ വല്ലതും അപ്പോൾത്തന്നെ തന്ന് ഒഴിപ്പിക്കും. എന്തായാലും ലാഭം.

ചിലർ റേറ്റ് ചോദിക്കും. ആദ്യമൊക്കെ ഞാൻ അബദ്ധങ്ങൾ പറഞ്ഞിരുന്നു. 'ട്വന്റി റുപ്പീസ്' എന്നൊക്കെ. ചിലർ ചിരിച്ചുകൊണ്ടൊഴിവാക്കിയിരുന്നു. ഒരു വയസ്സൻ ഐറിഷുകാരനാണ് എന്നെ ഈ തെറ്റ് പഠിപ്പിച്ചത്.

"ഡു യു ഹാവ് റേറ്റ്, സൺ?" ഞാനാലോചിച്ചുനിന്നു.

"എനിതിങ് ഈസ് ഓക്കെ." ഞാൻ മിണ്ടിയില്ല.

"ഫൈൻ, കം" നടക്കുമ്പോൾ ഐറിഷുകാരൻ പറഞ്ഞു: "നീ മിടുക്കനാണ്. നിന്റെ റേറ്റ് കാര്യമില്ല. ടൂറിസ്റ്റിന്റെ റേറ്റാണ്. എന്റെ ഒരു ദിവസത്തെ ബജറ്റിൽ നിനക്ക് കടക്കാനാകുമോ എന്നാണ് ചോദ്യം."

അയാൾ കനിവോടെ എന്നെ കുനിഞ്ഞുനോക്കി: "സോ?"

"സോ?" ഞാനും ചോദിച്ചു.

"ഐ വിൽ ഗിവ് യു ഒൺ ഡോളർ എ ഡേ, ഓക്കെ?"

"നോ ഡോളർ, റുപ്പീസ്."

"ഹൗമെനി റുപ്പീസ്?"

"തർട്ടിസിക്സ്."

ഐറിഷുകാരൻ ഉച്ചത്തിൽ ചിരിച്ചു.

"ഗ്രേറ്റ്."

മൂന്നു ദിവസം ഐറിഷുകാരനെ ഞാൻ കൊണ്ടുനടന്നു. ചില വയസ്സൻ ടൂറിസ്റ്റുകളെപ്പോലെ എന്നെ മുറിയിൽ വിളിച്ച് ശൃംഗരിക്കാൻ ശ്രമിച്ചില്ല. പക്ഷേ, ഓരോ ദിവസവും ഓരോ രീതിയിലായിരുന്നു.

രണ്ടാം ദിവസം ആറുമണിക്കെഴുന്നേറ്റ് ഉച്ചവെയിലിൽ ചുറ്റിക്കറങ്ങി. വെള്ളം മാത്രം കുടിച്ച് ഉച്ചയ്ക്കുശേഷം മരുത്തുവാൻ മല കയറി. പിന്നെ സന്ധ്യവരെ ഒറ്റ ഇരുപ്പാണ്. എനിക്ക് വിശന്നു തലകറങ്ങി. "ഇഫ് യു ആർ ഹൻഗ്രി, ഗോ ആന്റ് ഈറ്റ് ആന്റ് വെയ്റ്റ് ഡൗൺ." വയസ്സൻ എന്നെ പറഞ്ഞയച്ചിട്ട് മലയിൽനിന്നും ചാടിച്ചാകാനാണോ ഉദ്ദേശ്യം? ഞാൻ പോയില്ല. സന്ധ്യകഴിഞ്ഞ് ഞങ്ങളിറങ്ങി. ടാക്സി പിടിച്ചു. വഴിക്കൊരു പീടിക കണ്ടപ്പോൾ വയസ്സൻ നിർത്തി. "നൈസ് ഫുഡ്?" ഈ സമയത്ത് അപ്പവും കിഴങ്ങും രസവടയും കിട്ടുന്ന കടയാണ്. "യെസ്, യെസ്." ഞാൻ ചാടിയിറങ്ങി.

കടയ്ക്കു പുറത്തിട്ടിരുന്ന ബെഞ്ചിൽ വയസ്സനിരുന്നു. "യു ഈറ്റ്"

കടക്കാരൻ ചൂടുള്ള അപ്പം കാട്ടി. ഐറിഷുകാരൻ ചത്ത എലിയെ എടുക്കുന്ന മട്ടിൽ ഒരപ്പമെടുത്ത് അതിന്റെ അറ്റത്ത് ചെറുതായി കടിച്ചു. പിന്നെയും മൂന്നാലു കൊച്ചു കടികൾ. "ഗുഡ്." കുറേശ്ശെ നുണയാൻ തുടങ്ങി.

ഞാൻ കടയ്ക്കുള്ളിൽ കയറി അഞ്ചുമിനുട്ടിൽ നാല് അപ്പവും രണ്ടു രസവടയും രണ്ടു കിഴങ്ങുകറിയും തീർത്തു. വയസ്സൻ കിഴങ്ങും രസവടയും തൊട്ടില്ല. രണ്ടപ്പം മാത്രം കഴിച്ച് മിനറൽ വാട്ടർ കുടിച്ചു. വയറു നിറഞ്ഞപ്പോൾ ഞാൻ സന്തോഷവാനായി. വയസ്സൻ മുറിയിലേക്ക് ക്ഷണിച്ചപ്പോൾ എനിക്ക് പേടി തോന്നിയില്ല. കടലിനെ നോക്കിയുള്ള മുറിയുടെ വാതിൽ തുറന്ന് ഐറിഷുകാരൻ പറഞ്ഞു: "ദ സീ ഈസ് റഫ്." കന്യാകുമാരിയിൽ കടലെപ്പോഴും ഇങ്ങനെയാണ് സുഹൃത്തേ! ഞാൻ ഒന്നും പറഞ്ഞില്ല. വയസ്സൻ ബാത് ടവൽ ചുറ്റി ചൂരൽക്കസേരയിലിരുന്നു. പിന്നെ എന്തോ ആലോചിച്ച് കിടന്നു. "ഐയാം ഫിനിഷ്ഡ് വിത് ദിസ് പ്ലേസ്, ഐ തിങ്ക്." ആശാനു മടുത്തു. എനിക്കു പിടികിട്ടി. അടുത്ത ദിവസം രാവിലെ ഞാൻ എത്തിയപ്പോൾ ആശാൻ വസ്ത്രമണിഞ്ഞ് റെഡിയാണ്. "വീ ഹാവ് എൻ അക്കൗണ്ട് ടു സെറ്റിൽ." ഞാൻ സംസാരിച്ചില്ല. "തർട്ടി സിക്സ് റുപ്പീസ് പെർ ഡേ, ടു ആൻഡ് എ ഹാഫ് ഡേ. ആശാൻ കൂട്ടി. ഇയാൾ അരദിവസത്തിന് കണക്കുകൂട്ടുന്ന ചെറ്റയാണോ. "36 X 2.5 ഹൗമച്ച്?" ഉടനെ ഞാൻ പറഞ്ഞു: "90.""ഗുഡ്." "ബട്ട് ഗിവ് മി ഒൺലി 72 ഐ ഡോൺട് ടേക് ഹാഫ് ഡേയ്സ് ഫീസ്." ഐറിഷുകാരൻ പൊട്ടിച്ചിരിച്ചു. കട്ടിലിലിരുന്നു മുഖം പൊത്തി വീണ്ടും ചിരിച്ച് ചുമച്ചു. പിന്നെ മെല്ലെ പഴ്സ് തുറന്ന് ഇരുന്നൂറ് രൂപ എടുത്തു നീട്ടി. ഞാൻ മടിച്ചപ്പോൾ അയാൾ കൈ പിടിച്ച് വലിച്ച് കാശമർത്തി. "ബയ് സംതിങ് ഫോർ യുവർ മാത്സ് ടീച്ചർ വിത് ദ എക്സ്ട്രാ മണി." ഞാനും അയാളും ഒന്നിച്ചു ചിരിച്ചു. എന്റെ കണക്കുസാറിന് എന്തെങ്കിലും വാങ്ങിക്കൊടുക്കാൻതന്നെ തീരുമാനിച്ച് ഞാൻ യാത്ര പറഞ്ഞു.

"ഈ മട്ടിലാണെങ്കിൽ നമ്മൾ രക്ഷപ്പെട്ടല്ലോടീ?" അച്ഛൻ പറയുന്നത് കേട്ട് അമ്മ അഭിമാനത്തോടെ എന്നെ നോക്കുന്നത് ഞാൻ കണ്ടില്ലെന്നു നടിച്ചു. "ങാ, സൂക്ഷിക്കണം. എല്ലാവരും നല്ലവരാവില്ല. വല്ല സ്വഭാവവും പഠിപ്പിച്ചാൽ..."

"അവനൊന്നും പഠിക്കില്ല. നിങ്ങളടങ്ങ്."

എന്റെ ഗൈഡ് ജീവിതം അങ്ങനെ ഉഷാറായി തുടങ്ങി. സീസണിൽ ചാകര തന്നെയായിരുന്നു. "ഇപ്പടി പോനാൽ രണ്ടു വർഷത്തിലെ നാൻ അമേരിക്കാ പോയിടുവേൻ." ദേവസഹായം ആവർത്തിച്ചു പറഞ്ഞു: "നീ വരുവിയാ?" "ഇല്ലയ്." കുറെയാവർത്തിച്ചപ്പോൾ ദേവസഹായവും നിർത്തി. അവന്റെ ഒരമേരിക്ക!

സീസൺ മോശമായി തുടങ്ങിയപ്പോൾ ഈ ആനന്ദം നിലച്ചു. ഒരു ദിവസം ടൂറിസ്റ്റുകളെ തേടി ഞങ്ങൾ രണ്ടുപേരും വിവേകാനന്ദപുരത്തേക്ക് ചവുട്ടി. വഴിക്കൊരു കള്ളച്ചാരായകേന്ദ്രമുണ്ടായിരുന്നു. ഒരു വീട്. അവിടെ ദേവസഹായത്തിന് ഒന്നു കയറണം.

"നീ പോ. നാൻ വറേൻ." അയാൾ അകത്തേക്കു കയറി. ഞാൻ തൊട്ടടുത്തു തന്നെയുള്ള വിവേകാനന്ദപുരത്തേക്ക് സൈക്കിളോടിച്ചു. വിവേകാനന്ദകേന്ദ്രത്തിന്റെ വാതിലിനുള്ളിൽ തിരിയുന്നതിനു മുൻപ് ഒരു വെള്ളക്കാരി ഇറങ്ങി വരുന്നു. ഞാൻ സൈക്കിൾ നിർത്തി. കണ്ടിട്ട് ജർമൻകാരിയാണെന്നു തോന്നുന്നു. അവൾ എന്നെ കണ്ടില്ല. പുറത്തേക്ക് നടക്കുകയാണ്. റോഡിലെത്തി അവൾ ചുറ്റിലും നോക്കി. വാഹനം വേണം.

ഞാൻ സൈക്കിളുരുട്ടി അടുത്തു ചെന്നു.

"ഹലോ?"

"ഹലോ?"

"സ്പീക് ഇംഗ്ലീഷ്?"

"യെസ്."

"ഐ വാൺ ടു ഗോ ടു ദ സീ. നോ വെഹിക്കിൾ."

ഞാൻ മിണ്ടിയില്ല അവളെന്നെയും സൈക്കിളിനെയും ഒന്നിച്ചു നോക്കി.

"യുവർ സൈക്കിൾ?"

"യെസ്."

"ഗോയിങ് ടു...?"

"കന്യാകുമാരി." ഞാൻ പൂരിപ്പിച്ചു.

ഒരു നിമിഷം അവളൊന്നും മിണ്ടിയില്ല.

എനിക്ക് ധൈര്യമായി.

"കമിങ് ഇൻ സൈക്കിൾ?" ഞാൻ പിൻസീറ്റ് കാട്ടി.

അവളുടനെ സമ്മതിച്ചു. കാറ്റ് ഞങ്ങൾക്കനുകൂലമായിരുന്നെങ്കിലും കയറ്റത്തിൽ ഞാൻ വിഷമിച്ചു.

ദേവസഹായത്തെ വിട്ടുപോയ സ്ഥലത്തു ഞാൻ നിർത്തി: "ഒൺ മിനുട്ട്."

റോഡിൽനിന്നും താഴെയിറങ്ങി ഞാൻ നോക്കി. ദേവസഹായത്തിന്റെ സൈക്കിൾ പുറത്തുണ്ട്.

ഷാപ്പിലെ തള്ളയുടെ വയറ്റത്ത് ദേവസഹായം ഉമ്മവെക്കുകയാണ്. അവൾ ദേവസഹായത്തിന്റെ തലചേർത്തുപിടിച്ച് കൂടെ നിന്ന പുരുഷ നോട് ഗ്ലാസിൽ കൂടുതലൊഴിക്കാൻ ആംഗ്യം കാട്ടുന്നു. ഞാൻ തിരിഞ്ഞു നോക്കിയപ്പോൾ സൈക്കിളും പിടിച്ച് വെള്ളക്കാരി എന്തോ ആലോചിച്ചു നില്ക്കുന്നു.

ഞാൻ റോഡിലേക്ക് കയറി. വെള്ളക്കാരിയുമായി ഞാൻ വേഗത്തിൽ ചവുട്ടി. സൂര്യൻ മെല്ലെ കടലിലേക്ക് വീഴുകയാണ്. ദൂരെനിന്നും കടൽ കണ്ടപ്പോൾ വെള്ളക്കാരി ചാടി: "ഇനഫ്."

ഞാൻ സൈക്കിൾ നിയന്ത്രിക്കാൻ പണിപ്പെട്ടു; നിർത്തി. "താങ്ക്സ്, താങ്ക്സ് എ ലോട്ട്."

ഞാൻ ഇടതുകാൽ നിലത്തൂന്നി നിന്നു.

അപ്പോഴാണ് അവളുടെ മുഖകാന്തി ഞാൻ കണ്ടത്! വിയർത്ത മുഖ

ത്തിന്റെ നൈർമല്യത്തെയും നന്ദി പറഞ്ഞ ചുണ്ടുകളെയും ഭക്തർ കന്യാകുമാരി ദേവിയെ എന്നപോലെ ഞാൻ കണ്ടു.

"യു വാൺട് മണി?" അവൾ ഹാന്റ് ബാഗു തുറന്നു.

"ടേക്." അവൾ പത്തു രൂപ നീട്ടി.

നോ–പറഞ്ഞു. അവളെന്നെ നോക്കി കാശു തിരിച്ചു ബാഗിലിട്ടു. വീണ്ടും മന്ദഹസിച്ചു. "താങ്ക്സ്." ഞാൻ സൈക്കിളിൽനിന്നിറങ്ങി.

"യെസ്."

"ഐയാം എ ടൂറിസ്റ്റ് ഗൈഡ്. യു വാൺട് എ ഗൈഡ്?"

"ഗൈഡ്, നോ നോ." അവൾ പെട്ടെന്നു നിർത്തി.

"ഒ മെയ്ബി, യെസ്, ടുമാറോ."

"വെൻ?" എന്റെ നാവുയരുന്നില്ല.

"മോണിങ്. വിവേകാനന്ദപുരം, ടെൻ ഒ ക്ലോക്ക്. ഒക്കെ?"
"ഓക്കെ." അവൾ വീണ്ടും ബാഗു തുറന്നു. "അഡ്വാൻസ്?"

"നോ, നോ." ഞാൻ കിതയ്ക്കുകയാണ്.

"ഓക്കെ. ടുമാറോ, ടെൻ." അവൾ കടലിലേക്ക് നടന്നു നീങ്ങുന്നതും നോക്കി ഞാൻ നിന്നു. കുറേനേരം. അവളറിയാതെ പിറകെ പോയാലോ എന്നാലോചിച്ചു. ഒരു കൈ എന്നെ വലിച്ചു.

ദേവസഹായം!

"ഒരു വെള്ളക്കാരിയെ പാത്തപ്പോ എന്നെ വിട്ടിട്ട് വന്തിട്ടയില്ലയാ?"

നല്ല ചാരായനാറ്റം.

"ഉനക്ക് അന്ത കിളവി പോതുമെ." ദേവസഹായത്തിന്റെ മറുപടിക്ക് നില്ക്കാതെ ഞാൻ സൈക്കിളിൽ കയറി വീട്ടിലേക്ക് ചവുട്ടി. പിന്നിലെ ഭാരക്കുറവ് എനിക്ക് നഷ്ടബോധമുണ്ടാക്കി. നാളത്തെ പത്തുമണിക്ക് വേണ്ടി മാത്രം ആ രാത്രി ഞാൻ ജീവിക്കുകയായിരുന്നു.

നാല്

പത്തുമണിക്ക് വളരെ മുമ്പ് ഞാൻ വിവേകാനന്ദപുരത്തെത്തി. അവൾ റെഡിയായി കേന്ദ്രത്തിലെ ഓഫീസിൽ എന്തോ പറഞ്ഞു നില്ക്കുകയാണ്. രണ്ടു ബാഗുണ്ട്. സ്ഥലം വിടുകയാണോ? എനിക്ക് വേവലാതിയായി. കറുത്ത സ്ട്രാപ്പുള്ള ചെറിയ വാച്ചിലേക്ക് നോക്കി അവൾ മുഖം തിരിച്ചു. നീല ജീൻസിനെ മുട്ടോളം മറയ്ക്കുന്ന വെള്ള കുർത്ത. മഞ്ഞ മുടി പിറകോട്ടു കെട്ടിയിട്ടും ഉയർന്നു നില്ക്കുന്നു. എന്നെ കണ്ടപ്പോൾ അവളുടെ മുഖത്ത് പുഞ്ചിരി വന്നതായി തോന്നി.

ഞാൻ സൈക്കിൾ മാറ്റിവെച്ച് അടുത്തേക്കോടി. "ഗോയിങ്?"

"നോ ഗോയിങ്! ഗോയിങ് ടു എ ലോഡ്ജ്."

അവൾ ലോഡ്ജിന്റെ പേരു പറഞ്ഞു. ടൗണിലെ പുതിയ ലോഡ്ജ്. കൂടുതൽ അടുത്ത്.

"കാർ?"

"നോ കാർ. യുവർ സൈക്കിൾ." അവൾ ചെറിയ ബാഗ് സൈക്കിളിന്റെ ഹാന്റിലിൽ തൂക്കി. വലിയ ബാഗ് പൊക്കി തോളിലേറ്റി.

"ലെറ്റസ് ഗോ."

ഞാൻ സൈക്കിളിൽ കയറി. അവൾ മെല്ലെ കയറി തോളിലെ ബാഗ് കാലിൽ ബാലൻസ് ചെയ്തു. "യാ."

"യാ." ഞാനും പറഞ്ഞു. സൈക്കിൾ കന്യാകുമാരിയിലേക്ക് വേഗത്തിൽ നീങ്ങി. ലോഡ്ജിലെത്തിയപ്പോൾ ഞാനും അവളും വിയർത്തു കുളിച്ചിരുന്നു. റിസപ്ഷനിൽ ബാഗുകളേല്പിച്ച് അവൾ ഓടിയെത്തി: "ലെറ്റസ് ഗോ ടു ദ സീ."

എന്റെ സൈക്കിളും ഞങ്ങളുപേക്ഷിച്ചു. ഒരു കുപ്പി മിനറൽ വാട്ടർ വാങ്ങി അമ്പലത്തിന്റെ ഇടതുഭാഗത്തെ വഴിയിലൂടെ ഞങ്ങൾ നടന്നു. അധികമാളുകൾക്കറിയാത്ത വഴി വിജനമായിരുന്നു.

"യു നോ ദിസ് വേ?"

"യെസ്. യെസ്."

പാറകൾക്കിടയിലൂടെ രണ്ടു മിനിട്ടിനുള്ളിൽ ഇരമ്പുന്ന കടലിനു മുമ്പിൽ ഞങ്ങൾ നിന്നു.

"മൈ ഗോഡ്!" അവൾ മണലിലിരുന്നു. ഞാൻ പിറകിൽ മാറി പാറയിൽ ചാരിനിന്നു. കടലിന്റെ ശബ്ദത്തിനിടയിൽ അവൾ ചോദിച്ചു.

"യുവർ നെയിം?" അതിനായി ഞാൻ കാത്തിരുന്നിട്ട് ഒരു യുഗമായി.

"ഫാത്തിംസൺ. ഫാത്തിംസൺ....."

"ക്രിസ്ത്യൻ?" അവൾ മുഖം തിരിച്ചു വിസ്മയത്തോടെ നോക്കി. എത്ര സുന്ദരി! "അതേ, ആമാം. യെസ്."

ഞാൻ എല്ലാ ഭാഷകളും ഒന്നിച്ചുള്ള ശബ്ദങ്ങളുയർത്തി. അവളുടെ വെള്ള കുർത്ത നനഞ്ഞ് ആ ചെറുശരീരത്തിൽ ഒട്ടിപ്പിടിക്കുകയായിരുന്നു. എന്റെ മനസ്സു വായിച്ചതുപോലെ അവൾ എഴുന്നേറ്റു. കടൽ പിന്നിൽ കലഹിക്കുന്ന ചെറുശബ്ദങ്ങളുണ്ടാക്കി. അവൾ പുഞ്ചിരിയോടെ എന്റെ അടുത്തുവന്നു കൈ നീട്ടി.

"ഐയാം പെട്ര."

ഞാൻ കൈ പിടിച്ചു. ആ മാർദ്ദവമേറ്റ് ഞാൻ നിശ്ചലനായി. "ഫ്രം ഡെറ്റ് മോൾഡ്, ജർമ്മനി."

ഞാൻ തരിച്ചുനില്ക്കുകയാണ്.

"യു ആർ എ ഗൈഡ്, യു സെഡ്." എന്റെ മോഹങ്ങൾ കന്യാകുമാരിയിലേക്ക് മടങ്ങി.

"യെസ്. യെസ്. ദേവി ടെമ്പിൾ, റോക്ക് മെമ്മോറിയൽ, ശുചീന്ദ്രം ഹനുമാൻ, മെഡിസിൻ ഹിൽ......"ഞാൻ ഉരുവിട്ടു.

അവൾ രണ്ടു കൈയും കൂട്ടി നെഞ്ചിൽ ചേർത്ത് എന്നെ കൗതുകത്തോടെ നോക്കി.

ഞാൻ നിശ്ശബ്ദനായി. ഇവളെന്നെ ഉപേക്ഷിക്കുകയാണ്.

"യെസ്?" അവളെന്നെ പ്രോത്സാഹിപ്പിച്ചു.

"മെനി മോർ, മച്ച് മോർ......"എന്റെ ശബ്ദം ഇടറാൻ തുടങ്ങി.

അവൾ മെല്ലെ നിലത്തിരുന്നു.

"ഫാറ്റീ, സിറ്റ് ഡൗൺ."

ഫാറ്റി! എന്നെ ആരും അങ്ങനെ വിളിച്ചിട്ടില്ല.

ഫാറ്റി! എന്തു മധുരമായാണവൾ അതു പറഞ്ഞത്! ഞാനിരുന്നു.

"ഐയാം എ സ്റ്റുഡന്റ്. ഐ സ്റ്റഡി ദ സൗണ്ട്സ് ഓഫ് ദ സീസ്. ഓഷൻ സൗണ്ട്സ് ആന്റ് ദ കോസ്റ്റൽ സൗണ്ട്സ്."

കടലുകളുടെ ശബ്ദശാസ്ത്രമന്വേഷിച്ചിറങ്ങിയവൾ!

റിസർച്ച് പരിപാടി. എന്റെ ഗൈഡ്പണി ഇവൾക്കാവശ്യമില്ല. ഞാൻ തളർന്നു. എനിക്കു കാശു വേണ്ട. പക്ഷേ, കൂടെ നടക്കാനെങ്കിലും.....

"യു ജോയിൻ മീ?" അവൾ ചോദിച്ചപ്പോൾ ഒരു നിമിഷം എനിക്ക് ശബ്ദമുണ്ടായില്ല.

"നോ?" അവൾ വീണ്ടും ആരാഞ്ഞു.

"യെസ്." എങ്ങനെ ആ വാക്കുകൾ പുറത്തുവന്നുവെന്നെനിക്കറിയില്ല. അവളുടെ മുഖത്ത് ചന്ദ്രിക പരന്നു. അല്ലെങ്കിൽ അങ്ങനെ എനിക്ക് തോന്നി.

"ഫാറ്റീ, യു ലൈക് ദ സീ?"

"യെസ്."

"യു ലൈക് ദ സൗണ്ട്സ് ഓഫ് ദ് സീ?"

"യെസ്."

പെട്ര കൂടുതൽ അടുത്തുവന്നു. അവളുടെ രണ്ടു കൈകൾ കൊണ്ട് ഒരു ഇഷ്ടതോഴനെയെന്നപോലെ എന്റെ രണ്ടു കൈയും പിടിച്ചു.

"യു ലൈക് ദ ലാൻഡ്?" അവളുടെ മുഖത്ത് ആകാംക്ഷയായിരുന്നു. ഞാൻ വിയർത്തു.

"ഫാറ്റീ, യു ലൈക് ദ ലാന്റ്?"

"നോ." അവൾ കൂടുതലടുത്തു: "വൈ?"

ഞാൻ അച്ഛന്റെ വാക്കുകൾക്കു പരിഭാഷ തേടി.

"സീ ഇസ് ട്രൂത്ത്, ലാന്റ് ഈസ് എ ലൈ."

അവൾ ചാടി ഉയർന്നു. ആ ചാട്ടത്തിലും എന്റെ കൈകൾ വിട്ടില്ല ഞങ്ങളിരുവരും ഇരുഭാഗങ്ങളിലായി വേർപെട്ടു മണലിൽ വീണു. വീണ പാടെ പെട്ര എഴുന്നേറ്റ് എന്റെയടുക്കലെത്തി. എന്നെ വലിച്ചുയർത്തി നിർത്തി. ഞങ്ങളിരുവരും ഉറക്കെ ചിരിച്ചു.

"കം." കടൽ ഞങ്ങളെ നല്ല ശബ്ദങ്ങളോടെ എതിരേറ്റു. ഞങ്ങൾ ദേവീക്ഷേത്രത്തിനു പിന്നിലെ ഒരു മൂലയിലിരുന്നു.

പെട്ര മെല്ലെ മൂളി. പരിചിതമായ ഒരു ഈണം! അവളുടെ മൂളൽ പാട്ടായി.

"കടലിലെ ഓളവും കരയിലെ മോഹവും
അടങ്ങുകില്ലോമനേ, അടങ്ങുകില്ല......."

ഞാൻ സ്തബ്ധനായി.

"യു നോ മലയാളം?"

അവൾ പാട്ടു നിർത്തി. ആശ്ചര്യത്തോടെ എന്നെ നോക്കി.

"യു നോ മലയാളം?"

"ഐയാം എ മലയാളി." പെദ്ര ചാടിയെഴുന്നേറ്റു.

"ഇൻ കന്യാകുമാരി?"

"മൈ പേരന്റ്സ് ഫ്രം കേരള."

"ഗ്രേറ്റ്. പെദ്ര സന്തോഷത്തിൽ എന്റെ തോളിലടിച്ചു: "പാട്." എനിക്കു തലകറങ്ങി.

"നോ, അറിയില്ല." ഒന്നു ചിരിച്ച ശേഷം പെദ്ര പാടി: "മാനസ മൈനേ വരൂ, മധുരം നുള്ളി തരൂ, എന്നരുമ പൂവാടിയിൽ നീ, തേടുവതാരേ...."

"പാട്, ഫാറ്റീ."

"ഞാനെങ്ങനെ പാടാൻ."

ഇവളാര്? മലയാളം പഠിച്ചതെവിടെ? അതും പഴയ സിനിമാപ്പാട്ടുകൾ!

പെദ്ര പാട്ടു നിർത്തി ഉറക്കെ ചിരിച്ചു. എന്നെ ആശ്വസിപ്പിക്കാനെന്ന മട്ടിൽ അവൾ പറഞ്ഞു:

"ഐയാം ഇൻ കേരള ഫോർ ത്രീ ഇയേഴ്സ്. മലയാളം കുറച്ചൊക്കെ പഠിച്ചു."

ഞാൻ മിണ്ടാതെ നിന്നു.

"ഗൈഡ് ഷുഡ് സ്പീക്ക്." അവൾ പിന്നെയും ഉറക്കെ ചിരിച്ചു.

അന്നു സായാഹ്നം മുഴുവനും പെദ്ര മലയാളം പഠിച്ച കഥകൾ പറഞ്ഞു. ഒറ്റപ്പെട്ട ഒരു മലയാളി കുടുംബം കന്യാകുമാരി മുക്കുവർക്കിടയിൽ ജീവിക്കുന്ന കഥയും. അച്ഛൻ എന്തിന് ഇവിടെ വന്നു എന്ന ചോദ്യത്തിന് മാത്രം എനിക്ക് മറുപടിയുണ്ടായിരുന്നില്ല. പെദ്ര കൂടുതൽ അന്വേഷിക്കാതെ കടലിനെ നോക്കി വെറുതെ മൂളി.

സന്ധ്യയായതു ഞങ്ങളറിഞ്ഞില്ല. "ലെറ്റസ് ഗോ." ഞാൻ പറഞ്ഞു. പെദ്ര ബാഗുകൾ മുറിയിൽപ്പോലും വെച്ചില്ല. കള്ളന്മാർ ചിലപ്പോൾ മോഷ്ടിക്കും. തിരിച്ചു നടക്കുന്നതിനിടയിൽ തന്റെ പഠനത്തെക്കുറിച്ച് പറയാനായിരുന്നു അവൾക്ക് താല്പര്യം. കടലിന്റെ ശബ്ദം. മീനുകളുടെ ശബ്ദം, പാറകളുടെ ഹുങ്കാരം, മനുഷ്യഭാഷകളിലെ ആഴങ്ങൾ..

"ഐ നീഡ് യുവർ ഹെൽപ്പ് ഇൻ കന്യാകുമാരി."

ഞാൻ തലകുലുക്കേണ്ട കാര്യമില്ലായിരുന്നു. ഞങ്ങൾ ലോഡ്ജിലെത്തിയപ്പോൾ നല്ല ഇരുട്ടായി. പെദ്രയെ കണ്ടപ്പോൾ റിസപ്ഷനിസ്റ്റിനു സമാധാനമായി.

അയാൾ എന്നെ നോക്കി.

"നീയാവതു നിനൈക്കവേണ്ടാം! എവ്വള് നേരമാച്ച്. പേരു കൂട രജിസ്റ്റർ പണ്ണല്ലയ്."

"പറവായില്ലയ്." ഞാൻ ഗൗരവത്തോടെ വ്യക്തമാക്കി പെദ്രയെ നോക്കി. അവൾ പഴ്സ് തുറക്കുകയാണ്.

"ഷാൽ ഐ പേ യു?"

"നോ." ഞാൻ ദൃഢമായി പറഞ്ഞു.

"നാളെ വരുമോ?"

"യെസ്."

"ഫാറ്റീ!" അവൾ അടുത്തുവന്നു. ഒന്നു തിരിഞ്ഞു റിസപ്ഷനിസ്റ്റിനെ നോക്കി മന്ദഹസിച്ചിട്ട് അവളെന്റെ രണ്ടു കവിളിലും ഉമ്മവെച്ചു. റിസപ്ഷനിസ്റ്റ് ഈർഷ്യയോടെ മുഖം തിരിച്ചപ്പോൾ പെട്ര എന്നെ ഒന്നുകൂടി തഴുകി.

"ഗുഡ്നൈറ്റ്, ഗുഡ്നൈറ്റ്." ഞാനിറങ്ങി. പെട്ര രജിസ്റ്ററിൽ ഒപ്പിടുന്നതും മറ്റും ഒരു നിമിഷം നോക്കിനിന്നശേഷം ഞാൻ സൈക്കിളിൽ കയറി. വിശക്കുന്നുണ്ടായിരുന്നു. വഴിക്കുള്ള വല്ല കടയിലും കയറി അക്കൗണ്ട് പറയാം. പക്ഷേ, തോന്നിയില്ല.

ഞാൻ മെല്ലെ സൈക്കിൾ ചവുട്ടി. വീട്ടിലേക്കുള്ള തിരിവിനുമുൻപിൽ ഒരു ചെറിയ കുന്നുണ്ട്. അവിടെ കയറി നിലാവു കണ്ടു. വീട്ടിലെത്തിയപ്പോൾ അച്ഛൻ ഭക്ഷണം കഴിക്കുകയാണ്.

"ഇപ്പോഴെങ്കിലും വന്നല്ലോ. ഞണ്ടാടാ ഞണ്ട്. തണുത്താൽ പോയി." ഞണ്ടും ഉരട്ടിയും കഴിച്ച് ഞാൻ പുറന്തിണ്ണയിലിരുന്നു. പെട്രാ. പെട്രാ.

അന്നു രാത്രി മുഴുവനും ഞാൻ ഉറങ്ങിയില്ല.

എന്റെ ഭ്രാന്ത് എനിക്ക് മനസ്സിലാകുന്നുണ്ടായിരുന്നു.

'ഇതു മാറ്റണം. രാവിലെ പെട്രയെ കാണാൻ പോകരുത്. പോയാലും....'

'പോകരുത് പിന്നെ എന്തു പോയാലും?'

'ഗൈഡല്ലെ, ഗൈഡിന്റെ പണി....'

'വേണ്ട. അബദ്ധമാണ്.' 'എവിടെന്നോ വന്ന വെള്ളക്കാരി.' ഈ സംഘട്ടനങ്ങൾക്കിടയിൽ പുലർച്ചെയാണ് ഞാൻ മയങ്ങിയത്. എങ്കിലും എഴുന്നേറ്റപ്പോൾ സൂര്യനുയരുന്നതേയുള്ളൂ. കടലിന്റെ ചെറിയ താളം തുടങ്ങുന്നു. അച്ഛൻ സാമഗ്രികളുമായി ഇറങ്ങി മുഖം തിരിക്കാതെ നടന്നു. കടലിൽ പോകുമ്പോൾ അച്ഛൻ യാത്ര പറയാറില്ല.

അമ്മ കട്ടൻചായ തന്നു.

"ഈയിടെ പൈസയൊന്നും കിട്ടുന്നില്ലേടാ?"

"ഇന്നു വല്ലതും കിട്ടും." ഞാൻ ചായ കുടിച്ച് കുളിക്കാൻ പിന്നിലേക്ക് ചെന്നു. കോളനിക്കാരുടെ പബ്ലിക് ടാപ്പിൽ വലിയ തിരക്കില്ല. എന്നെ കണ്ടപ്പോൾ ഒരു വയസ്സി മാറിത്തന്നു. "ഇന്ത സമയത്തിലെ ഇവനെ ഇപ്പം താൻ പാക്കറേൻ."

വെളുപ്പിനെ എന്നെ കണ്ടു ശീലിക്കാത്ത നല്ല മുക്കുവ സമൂഹത്തെ നേരിടാനാവാതെ ഞാൻ കുളിച്ചെന്നു വരുത്തി സ്ഥലം വിട്ടു.

ടൗണിൽ കുറെ ചുറ്റിക്കറങ്ങിയ ശേഷമാണ് ഞാൻ പെട്രയുടെ ലോഡ്ജിൽ ചെന്നത്. ഇടയ്ക്ക് ഗൗരിഭവനിലെത്തി ഇഡ്ഡലിയും കഴിച്ച് കടം പറഞ്ഞു.

രാവിലെ കടം തരാൻ അവനു മടിയാണ്.

"ദേവസഹായം ചൊന്നാൻ. നല്ല കോള് കിടച്ചിരുക്കിണ്ണ്!" അവൻ അർത്ഥവത്തായി ചിരിച്ചു.

ലോഡ്ജിലെ റിസപ്ഷനിസ്റ്റും ഈ മര്യാദ കാട്ടി.

റൂമിലെ തൂങ്കറാ. കീഴെ വരടയ് പോയി."

"കൂപ്പിട്ട് പാര്." മൂന്നാംനിലയിലെ റൂം നമ്പർ മനസ്സിലാക്കി ഞാൻ ചെന്നു വാതിലിൽ മുട്ടി.

"കമിൻ, ഫാറ്റി." ഉടനെ മറുപടി കേട്ടു. ഞാൻ അകത്തു കടന്നു. റൂമിന്റെ തെക്കേ വശത്ത് ടെറസിനോട് ചേർന്നുള്ള ജനാലയ്ക്കരുകിലെ കസേരയിൽ പെട്ര ഇരിക്കുകയാണ്. കുറേനേരമായി ആ ഇരിപ്പായിരുന്നു വെന്നു തോന്നി.

"ഇവിടെ വരൂ." പെട്ര പുറത്തേക്കുള്ള ദൃശ്യം കാട്ടി. ഒരു മണിക്കൂറിലേറെ ഞാൻ തിരിഞ്ഞുകളിച്ച റോഡ്! ഗൗരിഭവൻ അടക്കം ഒരു മണിക്കൂറോളം എന്റെ പരുങ്ങലെല്ലാം പെട്ര കാണുകയായിരുന്നു!

"എന്തു കഴിച്ചു?"

"ഇഡ്ഡലി." എന്നിൽ കുറ്റബോധം ഇരച്ചുകയറി.

"ഇഡ്ഡലി? ഗുഡ്!"

"ഐവിൽ ബയ് ആന്റ് കം." ഞാൻ പറഞ്ഞു.

"വേണ്ട, ഫാറ്റി. ഐയാം നോട്ട് വെൽ."

ഞാൻ പെട്രയെ സൂക്ഷിച്ചുനോക്കി. മുഖം വിളർത്തിരിക്കുന്നു.

"ഫീവർ." അവൾ എന്റെ കൈ പിടിച്ച് അവളുടെ നെറ്റിയിൽ വെച്ചു.

"എന്റെയ്യോ." പൊള്ളുന്നു.

"ഡോക്ടർ." ഞാൻ പുറത്തേക്ക് ഓടാൻ തുടങ്ങി.

'നോ, നോ, വെയ്റ്റ്." പെട്ര എന്നെ സമാധാനിപ്പിച്ചു. പനി രാവിലെ തുടങ്ങിയതേയുള്ളൂ. തിരുവനന്തപുരത്തുവെച്ചുതന്നെ തുടങ്ങിയതാണ്. തല്ക്കാലം പനിമാറാനുള്ള ഗുളിക കഴിച്ചിട്ടുണ്ട്. പത്തു മിനിട്ടിൽ ചൂടു മാറും. തിരുവനന്തപുരത്തെ സുഹൃത്തുക്കൾ തന്നെ കൊണ്ടുപോകാൻ വരുന്നുണ്ട്. അവർ പുറപ്പെട്ടുകഴിഞ്ഞു.

"ഗോയിങ്?" എന്റെ ശബ്ദത്തിലെ പതർച്ച പെട്രയറിഞ്ഞു. അവൾ വീണ്ടും എന്റെ കൈ പിടിച്ച് നെറ്റിയിൽ ചേർത്തു. "ബെറ്റർ?" അതെ, ചൂടു കുറവുണ്ട്. എന്റെ കൈ ഞാൻ പിൻവലിച്ചില്ല. അവളും തള്ളിമാറ്റിയില്ല. അങ്ങനെ കുറേനേരം ഞാൻ നിന്നു. അവളിരുന്നു.

വാതിലിൽ മുട്ടു കേട്ടാണ് ഞങ്ങൾ അനങ്ങിയത്. തുറന്ന വാതിൽ തള്ളിമാറ്റി മുട്ടിയവർ അകത്തു കടന്നു. ഒരു മദ്ധ്യവയസ്കൻ, അയാളുടെ ഭാര്യയെന്നു തോന്നിക്കുന്ന ഒരു സ്ത്രീ, ഒരു യുവാവ്- മലയാളികൾ.

പെട്ര ബലഹീനമായി ചിരിച്ചുകൊണ്ട് എഴുന്നേറ്റു.

"ഗുഡ്മോണിങ് മിസ്റ്റർ നായർ, ഹലോ ശ്യാമള, ഹലോ ജേക്കബ്."

പെട്ര അവരെ സ്വീകരിച്ചു. എന്നെ തള്ളിമാറ്റി ശ്യാമള പെട്രയുടെ അടുക്കൽ ചെന്നു തൊട്ടു.

"യു ആർ ബർണിങ്! കം, ലെറ്റ്സ് ഗോ." ഇതിനിടെ മിസ്റ്റർ നായരും ജേക്കബും എന്നെ തുറിച്ചുനോക്കുകയാണ്. "ഫാത്തിംസൺ, മൈ ഫ്രണ്ട്." പെട്ര പരിചയപ്പെടുത്തി. അവർക്ക് താല്പര്യമില്ലായിരുന്നു.

''ഐയാം പാക്ഡ് ആന്റ് റെഡി.'' പെട്ര പറഞ്ഞു. നായരും

ജേക്കബും ബാഗുകളെടുത്തു. പെട്ര മുഖം തുടച്ചു. ഞാൻ വെറുതെ നില്ക്കുകയാണ്.

"ലെറ്റസ് ഗോ." ശ്യാമള പറഞ്ഞു. അവർ മൂവരും പുറത്തിറങ്ങി.

"വൺ സെക്കന്റ്, പ്ലീസ്." പെട്ര അവരോട് പറഞ്ഞശേഷം വാതിലടച്ചു. എന്നിലേക്കാണ്ടു.

ഞാൻ ആ ചെറിയ ശരീരത്തെ ഭീതിയോടെ പുണർന്നു. ഇപ്പോഴും പൊള്ളുകയാണ്. "താങ്ക്സ്, ഫാറ്റി, താങ്ക്സ്." പെട്ടെന്നവൾ പിടിവിട്ടു. ഒരു കടലാസിൽ തന്റെ അഡ്രസ്സ് കുറിച്ചു. പഴ്സ് തുറന്നു കുറെ നോട്ടുകൾ എടുത്തു. എന്റെ മുഖഭാവം കണ്ടപ്പോൾ അവൾ പറഞ്ഞു:

"കം ടു ത്രിവാൻഡ്രം."

"യെസ്, ബട്ട് മണി....."

"ഷട്ടപ്പ്." അവൾ കാശും കുറിപ്പും എന്റെ പോക്കറ്റിൽ തിരുകി.

"വെൻ"

"എനി ടൈം." പെട്ര എന്നെ നോക്കി. വീണ്ടും കെട്ടിപ്പിടിച്ചുമ്മവെച്ചു: "സൂൺ." അവളുടെ ശബ്ദവും ഇടറുന്നുണ്ടായിരുന്നു.

"പെട്രാ!" പുറത്തുനിന്നും നായരുടെ ശബ്ദം. മുഖം തുടച്ച് പെട്ര പുറത്തിറങ്ങി വേഗം ബില്ല് സെറ്റിൽ ചെയ്തു. തിരുവനന്തപുരത്തുകാരുടെ കാറുണ്ടായിരുന്നു. ജേക്കബ് ഡ്രൈവർ സീറ്റിൽ കയറി. നായർ മുൻസീറ്റിൽ കയറിയപ്പോൾ എനിക്കാശ്വാസമായി. ശ്യാമളയും പെട്രയും പിന്നിലും. കാറ് തിരിയുന്നതിനു മുൻപ് പെട്ര എന്റെ സൈക്കിളിനെ ചൂണ്ടി പറഞ്ഞു: "ടേക് കെയർ ഓഫ് ഹിം." കാറ് ദൂരെയായപ്പോഴും പെട്ര തല പുറത്തിട്ട് കൈ വീശുകയാണ്. അവൾ ഉറക്കെ പറഞ്ഞത് കടൽക്കാറ്റ് കൊണ്ടുപോയി. "കം സൂൺ" എന്നല്ലേ?

കടലെന്നെ നോക്കി ചിരിക്കുന്നതുപോലെ തോന്നി, കടലിന് ഞാൻ നന്ദി പറഞ്ഞു. അതുകൊണ്ടല്ലേ പെട്ര വന്നത്?

അഞ്ച്

സൈക്കിൾ കയറുമ്പോൾ ചൂടുള്ള കടൽക്കാറ്റ് എന്റെ മുഖത്തടിച്ചു. എന്നിലെ താപം കാരണം സൈക്കിളിന്റെ വേഗത കുറഞ്ഞില്ല.

തിരിവിൽ ദേവസഹായം നില്ക്കുന്നു. അവന്റെ മുഖത്ത് എന്തോ വിജയഭാവം. പെട്ര കാറിൽ പോയത് അവൻ കണ്ടുകാണും. അവന്റെ കണ്ണുകളൊഴിവാക്കി ഞാൻ സൈക്കിൾ ചവിട്ടി.

"നില്ലിടാ, നില്ലിടാ" ദേവസഹായം മുന്നോട്ടു വന്നു. സൈക്കിൾ നിർത്തി ഞാനവനെ നോക്കി.

"അവ പോയിട്ടാ, ഇല്ലയാ?" ഞാൻ മിണ്ടിയില്ല.

"പോനാ. വിട്ടിടുടാ, ഗൈഡാനാ മണിക്കണക്കുതാൻ, കിടച്ചതയ് എടുത്തിട്ടു വിട്ടിടണം."

ഞാൻ സൈക്കിളിൽത്തന്നെയിരുന്ന് ദേവസഹായത്തെ നോക്കി. വിയർപ്പു പൊടിഞ്ഞ എന്റെ ശരീരത്തിൽ ഉഷ്ണക്കാറ്റ് ചെറുനോവുകൾ

പാകി. ദേവസഹായം അടുത്തുവന്ന് സൈക്കിളിന്റെ ഹാന്റിലിൽ മുഖമുയർത്തി ചെറിയ ചിരിയോടെ അമർന്ന ശബ്ദത്തിൽ ചേദിച്ചു.

"ഏതാച്ചും നടന്തിതാ?"

ആദ്യമെനിക്ക് മനസ്സിലായില്ല.

"പോയി ഒരു പെൻസിലിൻ എടുത്തുക്കോ, ഇന്ത കാലത്തിലെ ഒണ്ണും നമ്പമുടിയാത്."

എനിക്ക് സഹിച്ചില്ല. ഞാൻ സൈക്കിളിന്റെ മുൻചക്രമുയർത്തി ദേവസഹായത്തെ മറിച്ചു. അയാളെന്റെ വലതുകാലിനു ചുവട്ടിൽ വീണു. ഞാൻ ചവിട്ടി.

അവൻ തിരിഞ്ഞുമലർന്നു, മണ്ണിലേക്കു വീണു. ഞാൻ അരിശത്തോടെ സൈക്കിളിന്റെ മുൻ ചക്രമുയർത്തി അവന്റെ മുഖത്തടിച്ചു. അപ്പോൾ ചോര കണ്ടു.

"മതി." അച്ഛൻ പിറകിൽനിന്നു പറഞ്ഞു. ഞാൻ തിരിഞ്ഞപ്പോൾ ദേവസഹായം മുഖത്ത് വീണ മണ്ണും ചോരയും തുടച്ചുകൊണ്ട് എഴുന്നേറ്റു. അച്ഛനവനെ പിടിച്ചുയർത്തി സഹായിച്ചു.

"അന്ത പൊണ്ണുക്കാകെ........." ദേവസഹായം കരയുന്ന ശബ്ദത്തിൽ പറയാൻ തുടങ്ങി.

"വേണ്ടാ." അച്ഛൻ എന്നെ തുറിച്ചുനോക്കി നടന്നു.

ഞാൻ സൈക്കിളിൽ തന്നെയിരിക്കുകയാണ്. ദേവസഹായം നടന്നുപോകുന്ന അച്ഛനെയും എന്നെയും മാറി മാറി നോക്കി. അവന്റെ മുഖത്ത് പുതിയ വേദനകളായിരുന്നു. "ഏതോ വെള്ളക്കാരി പൊണ്ണുക്കാക....."ശബ്ദമിടറിയ അവൻ പിറുപിറുത്തുകൊണ്ട് പോയി.

ഞാനും സൈക്കിളും കടലുമായി ബാക്കി. എനിക്കെന്തുപറ്റി? ഞാൻ സൈക്കിളിൽനിന്നിറങ്ങി മെല്ലെ ഉരുട്ടി ഒരു ഫ്രൂട്ട് സ്റ്റാളിന്റെ മുൻപിലെത്തി. പേയൻ പഴം പിഴിഞ്ഞ ഒരു സർബത്ത് കുടിച്ചു. കുറേനേരം ചെറിയ വേഗത്തിൽ സൈക്കിളുരുട്ടിക്കൊണ്ട് ഞാൻ അലഞ്ഞു. വീട്ടിലേക്കുതന്നെ പോകാൻ ഞാൻ തീരുമാനിച്ചു. എന്തായാലും അച്ഛനെ നേരിടണം. നേരത്തെയാവട്ടെ. തിരുവനന്തപുരത്ത് പോകുന്ന തീരുമാനവും അറിയിച്ചേക്കാം.

വീട്ടിലെത്തിയപ്പോൾ അച്ഛനെ പുറത്ത് കാണുന്നില്ല. അമ്മയുടെ മുഖം എല്ലാം അറിഞ്ഞിരുന്നു.

"എന്താടാ നിന്റെ ഉദ്ദേശ്യം? വല്ല വെള്ളക്കാരിക്കും വേണ്ടി നീ ഞങ്ങളെ ഇവിടെ ജീവിക്കാൻ വിടില്ലേ?"

ഞാൻ സൈക്കിൾ ചരിച്ചു കിടത്തി തിണ്ണയിലിരുന്നു. അകത്തുനിന്നും അച്ഛന്റെ ശബ്ദത്തിനായി കാത്തിരുന്നു.

"നിനക്കാരും വേണ്ടേടാ? അച്ഛനും ഞാനും ദേവസഹായവും ഒന്നും വേണ്ടേ?"

ഞാൻ മിണ്ടിയില്ല. ഒരു പഴന്തുണിയെടുത്ത് സൈക്കിൾ തുടച്ചു. പെട്ര പറഞ്ഞതാണ്, "ടേക് കെയർ ഓഫ് ഹിം!" പെട്ര ഇരുന്ന സൈക്കിളാണ്.

അമ്മ കുറേനേരം പറഞ്ഞ കാര്യങ്ങൾ ഞാൻ കേട്ടില്ല. സൈക്കിൾ ഉച്ചവെയിലിൽ തിളങ്ങിത്തുടങ്ങി.

"നിർത്തെടീ. കുറേനേരമായില്ലേ തുടങ്ങിയിട്ട്!"

അച്ഛനിറങ്ങിവന്നു. അച്ഛന്റെ ശബ്ദം പെട്ടെന്നു ശാന്തമായി.

"നീ സൈക്കിൾ തുടയ്ക്കാനും പഠിച്ചു. അല്ലേ?"

ഞാൻ മാറി നിന്നു. അച്ഛൻ എന്റെ കൈയിലെ തുണി പിടിച്ചു വാങ്ങി. ആവേശത്തോടെ സൈക്കിൾ ചക്രങ്ങളുടെ കമ്പികൾ തുടയ്ക്കാൻ തുടങ്ങി.

"ഇതെന്തൊരു ഭ്രാന്താണ്!"

അമ്മയെ അച്ഛൻ ശ്രദ്ധിച്ചില്ല. അച്ഛൻ ശക്തിയോടെ കമ്പികളിലെ തുരുമ്പ് മാറ്റാൻ അമർത്തി വലിച്ച്, പഴന്തുണിയിലെ നിക്ഷേപങ്ങൾ പരിശോധിച്ച് വീണ്ടും തുടച്ചുകൊണ്ടിരുന്നു.

ഒരു യുഗം കടന്നുപോകുന്നതുപോലെ തോന്നി. ഞാൻ അച്ഛൻ തുടയ്ക്കാത്ത കമ്പികളിലേക്ക് നോക്കിക്കൊണ്ടിരുന്നു; തുടച്ച കമ്പികളിലെ തിളക്കത്തെയും.

"ഉപ്പുകാറ്റിനെതിരെ പിടിച്ചുനില്ക്കാനുള്ള സ്റ്റീലൊന്നും കണ്ടുപിടിച്ചിട്ടില്ല. ഓ.........."

അച്ഛൻ ഇടയ്ക്കൊന്നു നിർത്തി മുഖം തിരിച്ച് എന്നെ നോക്കി. "എന്താ നിന്റെ പുറപ്പാട്?" ആ സന്ദർഭത്തിനായി ഞാൻ കാത്തിരിക്കുകയായിരുന്നു.

ഞാൻ തിരുവനന്തപുരത്ത് പോവുന്നു.

അച്ഛന്റെ പിടി തെറ്റിയപ്പോൾ സൈക്കിൾ മറിഞ്ഞുവീണു. അച്ഛൻ ഉടനെ സൈക്കിളുയർത്തി സ്റ്റാന്റിട്ടു. തുണിയൊന്നു വീശി. മൺതരികൾ മാറ്റി.

"അവിടെ അവളുണ്ടോ?"

ഞാൻ അച്ഛനെ നോക്കി.

"എടീ, കേട്ടില്ലേ!"

"കേട്ടു." അമ്മ പുറത്തിറങ്ങിനിന്നു.

"പോയിട്ട്?" ഞാൻ മിണ്ടിയില്ല

"പോയിട്ടെന്തടി, അതുവഴി അവൻ ജർമ്മനിക്കു പോകും." അച്ഛൻ ഉറക്കെ ചിരിച്ചു. പഴന്തുണി ഒന്നുകൂടി വീശി സൈക്കിളിനോടു പറഞ്ഞു.

"നാളെ ക്രിസ്മസാണ്." അമ്മ തേങ്ങി. അച്ഛൻ അമ്മയുടെ കൈപിടിച്ച് അകത്തേക്ക് കൊണ്ടുപോയി.

"ഓടിപ്പോകാനല്ല. നാലഞ്ചു ദിവസത്തിനകം വരും."

എന്റെ ശബ്ദം ദൃഢമായിരുന്നു.

അച്ഛൻ നിന്ന് അമ്മയോടു മെല്ലെ പറഞ്ഞു:

"അവൻ പോട്ടെടി. ഇവിടെ കിടന്നു തല്ലുകൊള്ളുന്നതിലും ഭേദം അതാണ്. അവൻ ഈ പ്രാവശ്യം ക്രിസ്മസ് പട്ടണത്തിൽ ആഘോഷിക്കട്ടെ." കുറേനേരം ഞാൻ പുറത്തിരുന്നു. സൈക്കിൾ ഉൾത്തിണ്ണയിൽ പൊക്കിവെച്ചു.

"വല്ലതും വേണമെങ്കിൽ കഴിച്ചോ." അമ്മ വിളിച്ചു. അകത്തു കയറി ഞാൻ ചോറുണ്ടു. നിശ്ശബ്ദനായി അച്ഛനും കഴിച്ചു.

ഉച്ചയ്ക്ക് തിരുവല്ലൂർ ട്രാൻസ്പോർട്ട് ബസ്സ് കയറുമ്പോഴും യാത്രയുടെ ഉദ്ദേശ്യം എനിക്കറിയില്ലായിരുന്നു. 200 രൂപയോളമുണ്ട്. പെഡ്ര തന്ന ഹോട്ടൽ അഡ്രസും. വീട്ടിൽനിന്നിറങ്ങുമ്പോൾ 'ഞാൻ പോകുന്നു' എന്നു മാത്രമേ പറഞ്ഞുള്ളൂ. അമ്മ മിണ്ടിയില്ല. വളരെ വിഷമിച്ച് "ങാ" എന്ന് അച്ഛൻ മൂളിയതുപോലെ തോന്നി.

ബസുയാത്രയ്ക്കിടയിൽ അച്ഛന്റെയും അമ്മയുടെയും രൂപങ്ങൾ മാഞ്ഞു. പല വർണ്ണങ്ങളിൽ പെഡ്ര കടന്നുവന്നു. എവിടെയോ ബസ് നിർത്തിയപ്പോൾ ഞാനിറങ്ങി നിന്നു. യാത്രക്കാർ ചിലർ ചായകുടിച്ചപ്പോൾ ഞാനും കുടിച്ചു.

സന്ധ്യക്ക് ബസ് തിരുവനന്തപുരത്തെത്തി. ഞാൻ കുറെ നടന്നു. ഹോട്ടൽ തിരക്കി മടുത്തപ്പോൾ ഒരു ഓട്ടോറിക്ഷയിൽ കയറി. ക്രിസ്മസ് സ്റ്റാറുകൾ തൂക്കിയ കടകൾക്കിടയിലൂടെ ഓട്ടോറിക്ഷ പാഞ്ഞു. ഓട്ടോക്കാരന്റെ കൂലി ഒരു ഗൈഡിന്റെ ഒരു ദിവസത്തെ വരുമാനമെന്നു തോന്നി. ഞാൻ തർക്കിച്ചില്ല.

ഹോട്ടൽ റിസപ്ഷനിൽ ഞാൻ പെഡ്രയുടെ പേരും റൂം നമ്പറും പറഞ്ഞു. എന്നെ ഒന്നോടിച്ചു നോക്കി ടൈ കെട്ടിയ ചെറുപ്പക്കാരൻ ഫോണെടുത്തു. ഞാൻ കേൾക്കാതിരിക്കാൻ അയാൾ ഫോണിൽ കൈ പൊത്തിയാണ് സംസാരിച്ചത്.

ഇടയ്ക്ക് ഫോണിൽനിന്നും മുഖമുയർത്തി അയാൾ ചോദിച്ചു:

"എന്താ പേര്?"

"ഫാത്തിംസൺ."

"ഫാത്തിംസൺ, ഹി സെയ്സ്." അയാൾ ഫോണിൽ പറഞ്ഞുകൊണ്ടെന്നെ നോക്കി. മറ്റേയറ്റത്ത് എന്തുപറ്റിയെന്നെനിക്കറിയില്ല.

"ഹലോ, ഹലോ" അയാൾ വീണ്ടും വിളിച്ച് മെല്ലെ ഫോൺ താഴ്ത്തി.

"അവർ ഫോൺ കട്ട് ചെയ്തു."

ഞാനമ്പരന്നു. "ഇല്ല. അവരങ്ങനെ ചെയ്യില്ല."

"ഇവിടെ ശല്യമുണ്ടാക്കരുത്. പൊക്കോളൂ."

"ഒന്നുകൂടി വിളിക്കൂ." എന്റെ നാക്കു കുഴഞ്ഞു.

"അവർക്കിഷ്ടമാവില്ല. പ്ലീസ് ഗോ."

ഞാൻ വിയർത്തുനിന്നു. ഷർട്ടിന്റെ ഒരു ഭാഗമുയർത്തി മുഖം തുടച്ചു. എന്നെ റിസപ്ഷനിസ്റ്റ് കൗതുകത്തോടെ നോക്കിനിന്നു. പെട്ടെന്ന് റിസപ്ഷനു മുന്നിലുള്ള ലിഫ്റ്റ് തുറന്നു. പെഡ്ര! തിളങ്ങുന്ന വസ്ത്രങ്ങളണിഞ്ഞ് പെഡ്ര ഇറങ്ങിവന്നു.

"ഫാറ്റി." പെഡ്ര വിളിച്ചുകൊണ്ടു എന്നിലേക്കു കുതിച്ചു.

"ഐ കാന്റ് ബിലീവ് ദിസ്."

ഞങ്ങൾ കെട്ടിപ്പിടിച്ചുനിന്നു: "ഐ കാന്റ്...."

പെഡ്ര എന്നെ വലിച്ചു ലിഫ്റ്റിൽ കയറ്റി.

"ജോയിൻ ദ പാർട്ടി." ലിഫ്റ്റിന്റെ ഡോറടയ്ക്കുമ്പോൾ പകച്ചുനില്ക്കുന്ന റിസപ്ഷനിസ്റ്റിന്റെ മുഖം ഞാൻ കണ്ടു.

മഴ തീർന്ന കടൽ പുലർച്ചയിൽ ക്ഷീണിച്ചുയർത്തുന്ന ചെറിയ ആരവത്തോടെ ലിഫ്റ്റുയർന്നപ്പോൾ ഞങ്ങളുടെ ചുണ്ടുകൾ ഉപ്പുരസം കണ്ടു. "അയാം സോ ഹാപ്പി...." പെട്ര കരയുകയാണ്. ലിഫ്റ്റ് പെട്ടെന്ന് നിശ്ശബ്ദമായി എവിടെയോ നിന്നു — മണലിൽ കയറിയ തോണിയുടെ പെട്ടെന്നുള്ള നിശ്ചലതയോടെ.

പതിനഞ്ചോളം മനുഷ്യർ പാർട്ടിയാഘോഷിക്കുന്ന ഒരു ടെറസിലേക്ക് ഞങ്ങൾ കടന്നു. പെട്ര എന്റെ കൈ പിടിച്ചു മുൻപോട്ടു നീങ്ങുമ്പോൾ അവരിൽ മൂന്നു മുഖങ്ങൾ ഞാൻ തിരിച്ചറിഞ്ഞു. കന്യാകുമാരിയിൽനിന്നും പെട്രയെ കൊണ്ടുപോയവർ.

"റിമംബർ ഹിം?" പെട്ര ചോദിച്ചു.

"യെസ്, യെസ്," താഴ്ന്ന സ്വരത്തിൽ ശ്യാമള പറഞ്ഞു. നായർ തന്റെ കൈയിലെ ഗ്ലാസുമായി മുഖം തിരിച്ചു.

"ഗെറ്റ് ഹിം എ ബിയർ, ജേക്കബ്" പെട്ര പറഞ്ഞു തീരുന്നതിനു മുൻപ് ജേക്കബ് ഓടി.

പെട്ര എന്നെയും പിടിച്ചു മറ്റുള്ളവരെ പരിചയപ്പെടുത്തി.

എനിക്കൊന്നും കേൾക്കാനോ കാണാനോ കഴിഞ്ഞില്ല. ഇതിനിടെ നുരഞ്ഞുപതയുന്ന ബിയർ ഗ്ലാസ് എന്റെ കൈയിൽ തിരുകി ജേക്കബ് മാറി.

അപ്പോൾ ഒരു മദ്ധ്യവയസ്കൻ പെട്രയെ സമീപിച്ചു: "വൺ മിനുട്ട്...."

"വൺ സെക്കന്റ്, ഫാറ്റി." അയാളുമൊത്ത് പെട്ര മാറി നിന്നു. ഞാൻ ബിയർ ഗ്ലാസ് ഒറ്റവലിക്കു തീർത്തു ചുറ്റിലും നോക്കി. യൂണിഫോമിട്ട ഒരു സർവ്വന്റ് ഓടിയെത്തി എന്റെ ഗ്ലാസ് വീണ്ടും നിറച്ചു. ഞാനതും വേഗത്തിൽ കുടിച്ച് ഗ്ലാസ് അയാളെ ഏല്പിച്ചു. ടെറസിന്റെ ഒരു കോണിലേക്ക് നടന്ന് ആകാശത്തെ നോക്കി. വെള്ളമേഘങ്ങൾ തിരുവനന്തപുരത്തിന്റെ രാത്രി ദൗത്യങ്ങളേറ്റെടുത്ത് നീങ്ങുകയാണ്. ഞാൻ തിരിഞ്ഞു നോക്കിയപ്പോൾ പെട്ര സംസാരിച്ചു നില്ക്കുകയാണ്. വീണ്ടും നിറച്ച ബിയർ ഗ്ലാസ് എന്റെ കൈയിലെത്തിയപ്പോൾ ജേക്കബ് അടുത്തു വന്നു.

"എങ്ങനെ വന്നു?"

"ബസിൽ."

"തിരിച്ചു പോകാൻ ഇനി ബസുണ്ടോ?"

ഞാൻ പെട്രയെ നോക്കി. അവളപ്പോൾ തിരിഞ്ഞു കൈയുയർത്തി എന്നെ പ്രോത്സാഹിപ്പിച്ചു. ഞാൻ വലിയൊരു കവിൾ കുടിച്ചു. കടലിൽ നടന്നു ക്ഷീണിച്ചു മുറിയിലെത്തുന്ന സായിപ്പന്മാർ ആർത്തിയോടെ കുടിക്കുന്ന അതേ രീതിയിൽ. "ഇന്ന് പോകുന്നില്ല."

"ഓ!" ജേക്കബ് ഒന്നു പരുങ്ങി. ഞാൻ ടെറസിന്റെ വക്കത്ത് നിന്നു. താഴെ ഒട്ടേറെ വാഹനങ്ങൾ തിരുവനന്തപുരം നഗരത്തിലൂടെ നീങ്ങുകയാണ്. എല്ലാവരും വീട്ടിലേക്കാവും.

അപ്പോൾ പെട്ര വന്നു. ഞങ്ങൾക്കായി രണ്ടു ചെറുകസേരകൾ അവർ കണ്ടെത്തി. ഒറ്റയ്ക്കായപ്പോൾ ഞങ്ങൾക്കു മിണ്ടാനായില്ല. എപ്പോൾ പുറപ്പെട്ടു എന്നു മാത്രം പെട്ര ചോദിച്ചു. ഞാൻ അതിനു മാത്രം മറുപടി പറഞ്ഞു. എന്റെ ബിയർഗ്ലാസ് വാങ്ങി താഴെ വെച്ചശേഷം അവ ളെന്റെ രണ്ടു കൈകളും പിടിച്ചു. ഞാൻ ചുറ്റിലും നോക്കി.

"യു ലൈക്ക് ദിസ് പ്ലേസ്."

"ഇല്ല."

ഞാൻ പറഞ്ഞതു ശരിയെന്ന മട്ടിൽ അവൾ തലകുലുക്കി.

"ഫീവർ?" അവളുടെ കൈകളിൽ ചൂടുണ്ടോ എന്നെനിക്കു സംശയം തോന്നി.

"ഫീവർ ഈസ് ഗോൺ."

"ഫീവർ ഹാസ് ഗോൺ ടു ജർമനി." അവളുറക്കെ ചിരിച്ചു.

പെട്ടെന്ന് പെട്ര ചിരി നിർത്തി. ഞാൻ മിണ്ടാതിരുന്നു. അവളെന്നെ ത്തന്നെ നോക്കുകയാണ്. എനിക്ക് അസ്വസ്ഥത തോന്നി. ഞാൻ മുഖം കുനിച്ചു.

"ഫാറ്റി?"

ഞാൻ മുഖമുയർത്തി.

"നമുക്ക് കന്യാകുമാരിയിൽ പോകാം."

"എനിക്കു മനസ്സിലായില്ല."

"യെസ്?"

"യെസ്....ബട്ട്."

"ഇപ്പോ പോകാം."

"നവ്?"

"യെസ്, നൗ." അവളെഴുന്നേറ്റെന്റെ നെറ്റിയിൽ ഉമ്മവെച്ചു. എന്നെ കൈപിടിച്ചുയർത്തി. ഏവരും ഒത്തുകൂടിയ സംഘത്തിനു മുൻപിലെത്തി പ്രഖ്യാപിച്ചു:

"വീ ആർ ഗോയിങ് ഔട്ട്."

എല്ലാവർക്കും ആശ്ചര്യമായി. നായർ ചോദിച്ചു: "പെട്രാ, യുവർ ഡിന്നർ?"

തിരിഞ്ഞുനടക്കുന്നതിനിടയിൽ ഉച്ചാരണസ്ഫുടതയോടെ പെട്ര മല യാളത്തിൽ മൊഴിഞ്ഞു:

"ഞങ്ങൾ പോകുന്ന വഴിയിൽ കഴിക്കാം. അല്ലേ ഫാറ്റി?"

"അതെ." എന്റെ ശബ്ദം പതറി. ലിഫ്റ്റിൽ പെട്ര ഒന്നും പറഞ്ഞി ല്ല. എന്റെ മുഖത്തുപോലും നോക്കിയില്ല. റിസപ്ഷനിൽ എത്തിയപ്പോൾ ഒരു സോഫയിലേക്ക് വിരൽ ചൂണ്ടി അവൾ പറഞ്ഞു: "വെയ്റ്റ് എ മിനിട്ട്." ഞാനിരുന്നു.

കൗണ്ടറിൽ പെട്ര എന്തൊക്കെയോ പറയുന്നു.

ഒരു മിനിറ്റ് കഴിഞ്ഞ് പോർട്ടിക്കോയിൽ ഒരു ടാക്സിയെത്തി.

"കം." ഞാൻ പെട്രയുടെ പിന്നാലെ ടാക്സിയിൽ കയറി.

"കന്യാകുമാരി?" ടാക്സി ഡ്രൈവർ ചോദിച്ചു.

"യെസ്, യെസ് കന്യാകുമാരി." പെട്ര ആഹ്ലാദത്തോടെ പറഞ്ഞു. "വെയറെൽസ്?"

“വേറെയെവിടെ. കന്യാകുമാരി. ഒഫ്കോഴ്സ്, കന്യാകുമാരി.”

പെട്ര ഒരു ദീർഘനിശ്വാസത്തോടെ പിറകോട്ട് ചാഞ്ഞിരുന്നു. മുഖം തിരിച്ച് എന്നെനോക്കി മന്ദഹസിച്ചു. എന്റെ കൈ പിടിച്ച് അവളുടെ മടിയിൽ വെച്ചു. നഗരാതിർത്തി കടന്ന ടാക്സി ക്രിസ്മസ് സ്റ്റാറുകൾ തെളിഞ്ഞ വീടുകൾക്കിടയിലൂടെ തെക്കോട്ടു പാഞ്ഞു.

ആറ്

യാത്രയുടെ ആദ്യഘട്ടത്തിൽ എന്റെ പരിഭ്രാന്തി ശ്രദ്ധിക്കാതെ ടാക്സിക്കാരനുമായി തമാശ പറയാനായിരുന്നു പെട്രയുടെ താല്പര്യം. തന്റെ ഹാന്റ്ബാഗിൽനിന്നും കാസറ്റ് പുറത്തെടുത്ത് അവൾ ഡ്രൈവർക്ക് നല്കി. പിൻസീറ്റിലെ നിശ്ശബ്ദത കുറേനേരം സഹിച്ച ഡ്രൈവർക്ക് അതൊരു ആശ്വാസമായിരുന്നു. അയാൾ കാസറ്റ് ധൃതിയിൽ തിരുകിക്കയറ്റി. ഏതോ യൂറോപ്യൻ ഉപകരണങ്ങൾ മെല്ലെ സ്വരച്ചേർച്ച തേടി ഉയർന്നു.

പെട്ര മെല്ലെ പിറകോട്ടു ചാഞ്ഞു. ഒരു സിഗരറ്റ് കത്തിച്ചു. വേഗത്തിൽ രണ്ടു പ്രാവശ്യം വലിച്ച് അവൾ അതു പുറത്തുകളഞ്ഞു.

റോഡിനിരുവശങ്ങളിലും ക്രിസ്മസ് സ്റ്റാറുകൾ തെളിയുന്നുണ്ടായിരുന്നു. സംഗീതശീലുകൾക്ക് ശക്തി വളർന്നു. പെട്ര എന്നെ തിരിഞ്ഞുനോക്കി ‘വാഗ്നർ കമ്പോസർ’ അതേ, വായ്പാട്ടുകാരനില്ലാത്ത സംഗീതത്തിന് ഈണം പകർന്നവൻ- ഇശയ് അമയ്ച്ചവർ! വാഗ്നറെങ്കിൽ വാഗ്നർ!

പെട്രയുടെ മുഖത്ത് പെട്ടെന്ന് ക്ഷീണം പടരുന്നതുപോലെ തോന്നി.

“Hungry?”ഞാൻ ചോദിച്ചു. എനിക്കും വിശക്കുന്നുണ്ടായിരുന്നു ഡ്രൈവർ കാർ മെല്ലെയാക്കി.

“ഗുഡ് ദോശ ഹിയർ.” അയാൾ പ്രോത്സാഹിപ്പിച്ചു.

പെട്ടെന്ന് വിളിച്ചുവരുത്തിയ ടാക്സിക്കാരനല്ലേ, അവനും ഒന്നും കഴിച്ചു കാണില്ല.

പെട്ര ഒന്നാലോചിച്ചു. വണ്ടി നിർത്തി.

അധികമാൾക്കാരില്ലാത്ത ഒരു ചെറിയ ഹോട്ടലിൽ ഞങ്ങൾ ദോശയും ഇറച്ചിക്കറിയും കഴിച്ചു. പെട്രയുടെ ആലസ്യം പെട്ടെന്നു മാറി. അവൾ ആർത്തിയോടെ കൂടുതൽ ദോശ ചോദിച്ചു. എരിവ് അവളെ വിഷമിപ്പിച്ചില്ല. ഡ്രൈവർ ഇറങ്ങി സംഘടിപ്പിച്ച ഒരു കുപ്പി മിനറൽ വാട്ടറിന്റെ പകുതി ഒറ്റവലിക്കു കുടിച്ചു.

ഞങ്ങളുടെ യാത്ര തുടരവെ ക്രിസ്മസ് നക്ഷത്രങ്ങളുടെ എണ്ണം കുറഞ്ഞു. പെട്രയുടെ കണ്ണുകൾ ഓരോ വീട്ടുമുറ്റത്തും സ്റ്റാറുകൾ തേടി. ക്രമേണ അവ അപ്രത്യക്ഷമായി. അവൾ ചാഞ്ഞു. മെല്ലെ എന്റെ മടിയിലേക്ക് ചരിഞ്ഞ് കണ്ണുകളടച്ചു. ശബ്ദസുഖമുള്ള ഒരു കൂർക്കംവലിയോടെ അവളുറങ്ങി. എന്റെ ട്രൗസറിന്റെ ദുർഗന്ധം അവളുടെ ഉറക്കംകെടുത്തുമോ എന്ന് ഞാൻ പേടിച്ചു. എന്റെ കാലുകൾ ഇളകാതെ ഞാൻ തല പിറകോട്ടു ചാച്ചു. ഡ്രൈവർ തിരിഞ്ഞുനോക്കി, ഒരു ക്ഷണം. “പാവം ഉറങ്ങി.” അതെയെന്ന മട്ടിൽ ഞാനും തലകുലുക്കി.

പെട്രയുടെ ഉറക്കത്തിന് തടസ്സമുണ്ടാക്കാത്ത നിയന്ത്രിതവേഗത്തിൽ കാറ് മുൻപോട്ടു നീങ്ങി. പുറത്തുനിന്നിടയ്ക്കിടെ പ്രവേശിച്ച വെളിച്ചങ്ങൾക്കിടയിൽ പെട്രയുടെ മുഖം ഞാൻ നോക്കിക്കൊണ്ടിരുന്നു; ഞാനും കണ്ണടച്ചു മയങ്ങി.

കുറെ കഴിഞ്ഞിട്ടുണ്ടാകണം, കണ്ണു തുറന്നപ്പോൾ കാറ് നില്ക്കുകയാണ്. പെട്ര എന്റെ മടിയിൽത്തന്നെ ഉറങ്ങുന്നു. ഡ്രൈവറെ കാണുന്നില്ല. ഞാൻ കണ്ണു തിരുമ്മി നോക്കി. കന്യാകുമാരിയിലെ ഗാന്ധി സ്മാരകം. കടലോരത്തെ ഒരു കല്ലിൽ ഒരു ബീഡിയും വലിച്ച് ഡ്രൈവർ ഇരിക്കുകയാണ്. ഞങ്ങളെ ഉണർത്തണ്ടെന്നു കരുതിയാവാം. എന്താവും സമയം?

കുറേനേരം ഞാൻ പെട്രയുടെ മുഖം നോക്കി ഇരുന്നു. അരണ്ട വെളിച്ചത്തിൽ അവളുടെ മൂക്കിന്റെ അറ്റം തിളങ്ങി.

"പെട്രാ!" ഞാൻ മെല്ലെ വിളിച്ചു.

അവൾ കണ്ണു തുറന്നു. മടിയിൽ കിടന്നുകൊണ്ട് പുഞ്ചിരിച്ചു: "വെയർ ആർ വി?" അവൾ ചോദിച്ചു. ഒരു ക്ഷണം ഞാനറച്ചു. അവൾ എഴുന്നേറ്റു ചുറ്റിലും നോക്കി.

"കന്യാകുമാരി!" അവൾ പറഞ്ഞു. അവൾ ദൂരെ മാറിയിരിക്കുന്ന ഡ്രൈവറെ കണ്ടു. തിരിഞ്ഞെന്നെ നോക്കി. കടൽക്കാറ്റും പെട്രയും എന്നെ തളർത്തി. എന്റെ കാലുകൾ മരവിച്ചിരുന്നു.

"കിസ് മി." പെട്ര പറഞ്ഞു.

അവളെന്റെ മുഖം പിടിച്ചുതാഴ്ത്തി എന്നിലേക്കു കടന്നു. ഡ്രൈവർ അടുത്തെത്തി ഞങ്ങളെ നോക്കി പുഞ്ചിരിയോടെ പറഞ്ഞു:

"എഴുന്നേറ്റോ? ഗുഡ്മോണിങ്."

"ഗുഡ്മോണിങ്." പെട്ര ഉത്സാഹത്തോടെ മറുപടി നല്കി.

"ഇനി?"

"യുവർ ഹൗസ്." ഞാൻ പരിഭ്രമിച്ചു.

"മൈ ഹൗസ്?"

"യെസ്. യുവർ ഹൗസ്."

എനിക്ക് തർക്കിക്കാൻ കരുത്തില്ലായിരുന്നു.

ഡ്രൈവറോട് ഞാൻ വഴി പറഞ്ഞു.

കടലിന്റെ ചെറിയ നൊമ്പരശബ്ദങ്ങൾക്ക് ഡീസൽ കാറിന്റെ ഒച്ച വിള്ളലേല്പിച്ചു. ഡ്രൈവർ വീണ്ടും കാസറ്റിട്ടു. "വേണ്ട." പെട്ര പറഞ്ഞയുടൻ അതയാൾ നിർത്തി. അപ്പോൾ കാർ എന്റെ കുടിലിന് മുമ്പിലെത്തി.

"ഇവിടെ." ഞാൻ പറഞ്ഞു. വണ്ടി നിന്നു.

പക്ഷേ, എഞ്ചിൻ ഓഫാക്കാതെ ഡ്രൈവർ എന്നെ തിരിഞ്ഞുനോക്കി. തന്റെ ഇടത്തെ കൈ മുൻപോട്ടു നീട്ടി പെട്ര ഡ്രൈവറുടെ തല തിരിച്ചു: ലുക് എവേ! അയാൾ തിരിഞ്ഞപ്പോൾ അവൾ വീണ്ടുമൊന്നു ചുംബിച്ചു. അവൾ കരയുകയാണ്.

ഇടയ്ക്കവൾ പറഞ്ഞു: "ഗുഡ്ബൈ."

എന്റെ തൊണ്ടയിടറി: "യു?"

"ബാക് ടു ട്രിവാൻഡ്രം." അവൾ വിതുമ്പി.

"നൗ?"

"അതേ, ഇപ്പോൾ." മലയാളത്തിൽ പറഞ്ഞ് അവൾ ചിരിക്കാൻ ശ്രമിച്ചു. ഞാൻ കണ്ണടച്ചു, തുറന്നു.

ഇതിനിടെ ഡ്രൈവർ പുറത്തിറങ്ങി നിന്നത് ഞാനറിഞ്ഞില്ല കാറിന്റെ ശബ്ദം കേട്ടിട്ടാവണം, അച്ഛൻ ടോർച്ചുമായി പുറത്തിറങ്ങി വരുന്നതു ഞാൻ കണ്ടു.

ടോർച്ചിന്റെ വെളിച്ചം പെട്രയുടെ മുഖത്താണ് പതിച്ചത്. അച്ഛൻ അമ്പരപ്പോടെ ടോർച്ച് അണച്ചു.

"ഗോ." പെട്ര പറഞ്ഞു. ഞാനിറങ്ങിയപ്പോൾ ഡ്രൈവർ മെല്ലെ അകത്തു കയറി. അച്ഛന്റെയും പെട്രയുടെയും നോട്ടങ്ങൾക്കിടയിൽ ഞാൻ തകർന്നു നിന്നു.

"ഐ വിൽ കം എഗെയ്ൻ." പെട്ര എന്നോടു പറഞ്ഞു.

"ലെറ്റസ് ഗോ." വണ്ടി നീങ്ങി.

ഞാൻ നടന്നു. അച്ഛന്റെ മുഖം നോക്കാതെ അകത്തേക്ക് കയറി "നീ വല്ലതും കഴിച്ചോ?" അച്ഛനതു ചോദിക്കുമ്പോൾ അമ്മയുടെ കണ്ണുകൾ എന്നെ ഉഴിയുകയായിരുന്നു.

"ഉം." ഞാൻ മൂളിക്കൊണ്ട് ഉള്ളിലേക്ക് നീങ്ങി. കട്ടിലിലെ പായയിലേക്ക് മറിഞ്ഞു. സമയമെന്തായിക്കാണും? ഞാനാലോചിച്ചുകൊണ്ടു കാലു നീട്ടി.

പായയിൽ തിരിഞ്ഞും മറിഞ്ഞും കിടന്ന് കണ്ണടച്ചു. ഉറക്കം വന്നില്ല. അമ്മ വന്ന് ഒരു പഴയ സാരികൊണ്ടെന്നെ പുതപ്പിച്ചപ്പോൾ ഞാൻ ഉറക്കം നടിച്ച് കിടന്നു. പതിവില്ലാത്ത ചില കടൽപ്പറവകളുടെ ശബ്ദങ്ങൾ കേട്ടുകൊണ്ട് ഞാൻ ഉറങ്ങാൻ ശ്രമിച്ചു.

"അവനുറങ്ങി." അമ്മയുടെ ശബ്ദം ഞാൻ കേട്ടു.

"ഏതോ നല്ല കുടുംബത്തിൽ പിറന്നവളാണ്. അല്ലെങ്കിൽ ഈ രാത്രിയിൽ തിരുവനന്തപുരത്തുനിന്ന് കാറ് പിടിച്ച് ഇവിടെ കൊണ്ടാക്കുമോ?"

അച്ഛന്റെ ശബ്ദത്തിൽ ആശ്വാസമായിരുന്നു.

"കിടന്നുറങ്ങാൻ നോക്ക്." അമ്മ പറഞ്ഞു നിർത്തി.

പെട്രയുടെ മണവും മത്സ്യഗന്ധവും കാറിൽ കേട്ട സംഗീതവും പുലർകാലത്തെ കടലിന്റെ ഇളക്കങ്ങളും എന്നെയുറക്കി.

ഏഴ്

എന്റെ ഉറക്കം ഞാൻ കേൾക്കാത്ത സംഗീതശ്രുതികൾ ഇടയ്ക്കിടെ തടസ്സപ്പെടുത്തി. അരയുറക്കത്തിൽ ഞാനൊരു സ്വപ്നം കണ്ടു. തടിച്ചുകൊഴുത്ത ഒരു ജർമ്മൻകാരൻ അട്ടഹസിച്ചുകൊണ്ട് എന്റെ പുറത്തു വീഴുകയാണ്. അവൻ എന്റെ തലമുടി പിന്നിൽനിന്നും പിടിച്ചുയർത്തി എന്നെ ചുംബിക്കുന്നു. എന്റെ കവിളുകൾ കടിക്കുന്നു. 'നീ പെട്രയെ

പിടിക്കുമല്ലടാ' എന്ന് മലയാളത്തിൽ പറഞ്ഞുകൊണ്ട് എന്റെ തല നില ത്തടിക്കാൻ ശ്രമിക്കുന്നു. ഞാൻ നിലവിളിച്ചു. ആരും കേട്ടില്ല. ഞാൻ ക്ഷീണിച്ചുറങ്ങിയതു കണ്ട വെള്ളത്തടിയൻ എന്നെ ഉപേക്ഷിച്ചു പോയി.

കണ്ണു തുറന്നപ്പോൾ സൂര്യന്റെ രശ്മികൾ എന്റെ കാലുകളി ലെത്തിക്കഴിഞ്ഞു. കുടിലിന്റെ പിൻവാതിലിന്റെ മൂലയിൽനിന്ന് അമ്മ എന്നെ നോക്കുന്നു. ഞാൻ വിയർക്കുന്നുണ്ടായിരുന്നു.

ഞാൻ എഴുന്നേറ്റിരുന്നു. ചുരുണ്ടുകൂടിയ പായ നിവർത്തി.

"കഴിഞ്ഞോടാ നിന്റെ സ്വപ്നം." അമ്മ മുൻപോട്ടു വന്നു.

"അച്ഛൻ പോയോ?"

"പോയെടാ. സമാധാനമായോ?"

അമ്മ ഒരിക്കലും ഈ മട്ടിൽ എന്നെ വേദനപ്പിച്ചിട്ടില്ല. എനിക്ക് അരിശം തോന്നി.

"ഇന്നലെ എവിടെയായിരുന്നു?"

ഞാൻ എഴുന്നേറ്റു: "ഞാൻ പറഞ്ഞല്ലോ?"

"ങ്ഹാ. പിന്നെന്തിനു വന്നു?"

ഞാൻ മിണ്ടാതെ നിന്നു.

"ഒരു ദിവസംകൊണ്ടവൾക്ക് നിന്നെ മതിയായല്ലേ?"

എനിക്കമ്മയെ തല്ലണമെന്നു തോന്നി. ഞാനടക്കി. പായ ചുരുട്ടി മൂലയിൽ വെച്ചു.

"ഞാൻ ഇനിയും പോകും."

അമ്മയുടെ ശബ്ദം ഇടറി: "ശരിയാടാ. അതുതന്നെയാ അച്ഛനും പറഞ്ഞത്."

ഞാൻ പിന്നിലെ ചായ്പിൽ പോയിരുന്നു. കുറേനേരം അങ്ങനെ കഴിഞ്ഞു. ശബ്ദമുണ്ടാക്കിക്കൊണ്ട് ഒരു ചായക്കപ്പ് എന്റെ കൈക്കരി കിൽ വെച്ച് അവർ പോയി.

ഞാൻ വേഗം ചായ കുടിച്ചു.

"ചൂടില്ലായിരുന്നോടാ?" അമ്മയുടെ ചോദ്യം കേൾക്കാത്ത മട്ടിൽ ഞാൻ നടന്നു. വീടിനു മുൻപിൽ കടലില്ലാത്ത മനുഷ്യർ ഇത്തരം സന്ദർഭ ങ്ങളിൽ എന്തുചെയ്യും!

വള്ളങ്ങൾ എല്ലാം പൊയ്ക്കഴിഞ്ഞിരുന്നു, പകൽച്ചൂടിനു മുൻപ് ആഴ ക്കടൽ ലക്ഷ്യമാക്കി. എങ്കിലും താപം തുടങ്ങിയില്ല. കാറ്റിന് ചെറിയ ഈർപ്പമുണ്ട്. ഒരു മടിപിടിച്ച മട്ടിൽ കടൽ എന്തോ പിറുപിറുക്കുന്നതു പോലെ തോന്നി. ഞാൻ ദീർഘനേരം ആ പിറുപിറുക്കലുകൾ കേട്ടു. സ്വപ്നത്തിൽ വന്ന ജർമ്മൻകാരന്റെ മുഖം ഓർക്കാനും ശ്രമിച്ചു.

ഒരു ചലനം കേട്ടു ഞാൻ മുഖം തിരിച്ചു. ദേവസഹായം. അയാ ളെന്നെ ഒന്നു നോക്കി. പാറയുടെ അരുകിൽ ഇരുന്നു. എന്റെ സ്വപ്നം ഇവനു മനസ്സിലായോ?

കുറേനേരം കഴിഞ്ഞ് ദേവസഹായം എഴുന്നേറ്റു.

"വാ!" എന്നോടു പറഞ്ഞു. എനിക്ക് നിരസിക്കാനായില്ല.

ഞാൻ വീണ്ടും ഗൈഡുപണിയിൽ പ്രവേശിച്ചു. വടക്കേ ഇന്ത്യയി

ലെവിടെയോ എലിപ്പനി കാരണം ഇവിടത്തെ ടൂറിസ്റ്റുകളുടെ എണ്ണം കൂടി. എന്റെ സൈക്കിളിന് വീണ്ടും ജീവൻ വന്നു. എന്റെ കീശ എന്നും നിറഞ്ഞു.

വരുന്ന ഓരോ ടൂറിസ്റ്റും എന്റെ ഇരയാകണമെന്ന വാശിയായിരുന്നു എനിക്ക്. ദേവസഹായം നിത്യേന എന്നെ പ്രോത്സാഹിപ്പിച്ചു. ഞങ്ങൾ ഒത്തുചേർന്ന് സായിപ്പന്മാർക്ക് പല കെണികളുമൊരുക്കി. മണ്ടന്മാർ പലരും വീണു. ഇതിനിടെ കന്യാകുമാരി പൊലീസ് സ്റ്റേഷനിലെ മിക്ക ലാത്തിക്കാരും ഞങ്ങളുടെ വരുതിയിലായി. അവരുടെ വീതം ഞങ്ങൾ കൃത്യമായി എത്തിച്ചിരുന്നു.

"അവന്റെ ബുദ്ധി തെളിഞ്ഞൂന്നാ തോന്നുന്നത്."

ഒരു ദിവസം അമ്മ പറയുന്നതു ഞാൻ കേട്ടു.

"ഇല്ലടി, ഇല്ല, എനിക്കുറപ്പില്ല." ക്ഷീണിച്ച അച്ഛന്റെ മറുപടി.

ഞാൻ പെദ്രയെ മറന്നിട്ടില്ലായിരുന്നു. മഞ്ഞമുടിക്കാരികളെ കാണുമ്പോഴെല്ലാം എനിക്കൊരു വിങ്ങൽ തോന്നി. ഇടയ്ക്ക് തിരുവനന്തപുരത്തു ചെന്ന് പെദ്രയെ തേടിയാലോ എന്നെനിക്ക് തോന്നിയ നിമിഷങ്ങളുണ്ട്. വേണ്ട, അടുത്ത ടാക്സിയിൽ വീണ്ടും എന്നെ കന്യാകുമാരിയിൽ കൊണ്ടാക്കും. ഞാൻ കരച്ചിലടക്കി നല്ല ടൂറിസ്റ്റ് ഗൈഡായി മാസങ്ങൾ ചെലവിട്ടു.

പെദ്രയുടെ വേദന എന്നെ വിട്ടുപോകില്ലായിരുന്നു — മീരയെ ഞാൻ കണ്ടില്ലായിരുന്നുവെങ്കിൽ! മീര. കടൽക്കരയിൽ ശംഖുവില്ക്കുന്നവൾ. ഞാനും ദേവസഹായവും ഒരു ഉത്തരേന്ത്യൻ കുടുംബത്തിന് ഗൈഡ് പണി നടത്തിയ കാശ് പങ്കുവയ്ക്കുകയായിരുന്നു. മീരയെ അതിന് മുൻപ് ഞാൻ കടൽക്കരയിൽ കണ്ടിട്ടില്ല.

കടൽക്കരയിലെ ശംഖുവില്പന അവിടത്തെ വയസ്സികളുടെ കുത്തകയാണ്.

"ഏതാണീ മീര?"

"വിട്ടീടുടാ. ബ്രാഹ്മണപൊണ്ണ്. ശുചീന്ദ്രത്തിലെ ഇരുന്ത് ഇങ്ക വന്ത് പിഴയ്ക്കറാ." ദേവസഹായം ഉപദേശിച്ചു: "ആനാ, ഉന്നെവിട ഇംഗ്ലീഷ് തെരിയും. അതിനാലെ പിഴയ്ക്കറാ."

എന്നെക്കാളും ഇംഗ്ലീഷറിയാവുന്ന ശംഖുവില്പനക്കാരിയോ?

എനിക്ക് വാശിയായി.

മണൽക്കുന്നിലെ ഒരു സൂര്യാസ്തമയത്തിന് തിരക്ക് കുറവായിരുന്നു. ഞാനൊറ്റയ്ക്ക് നില്ക്കുകയാണ്. മീര നടന്നുവരുന്നു. അവളുടെ മുഖഭാവം കണ്ടിട്ട് നല്ല വില്പന നടന്ന ദിവസമെന്ന് തോന്നി.

മീര എന്റെ മുഖം നോക്കാതെ നടന്നു.

"ഹു സെൽസ് സീഷെൽസ് ഓൺ ദ സീഷോർ?"

ഇംഗ്ലീഷ് ഉച്ചാരണ പരിശീലനത്തിന്റെ ഭാഗമായി കോൺവെന്റിൽ പഠിപ്പിച്ചത് ഞാൻ കാച്ചി.

ഞാൻ പറഞ്ഞുതീർന്നപ്പോൾ ദേവസഹായം അടുത്തെത്തി. മീര ഒന്നു നിന്നു. ഞാൻ ആവേശത്തോടെ ആവർത്തിച്ചു. ഈ പ്രാവശ്യം കൂടുതൽ വേഗത്തിൽ–

"ഹു സെൽസ് സീഷെൽസ് ഓൺ ദ സീഷോർ?"

മീര തിരിഞ്ഞു. ആദ്യം എന്നെയും പിന്നെ ദേവസഹായത്തെയും നോക്കി. പതിനെട്ടു വയസ്സുകാണും. ലക്ഷണമുള്ള മൂക്കിനു മുകളിൽ മീനുകളെപ്പോലുള്ള കണ്ണുകൾ.

എനിക്ക് പെട്രയെ ഓർമ്മവന്നു.

മീര അടുത്തുവന്നു. ദേവസഹായം പേടിച്ച് രണ്ടടി പിറകോട്ട് മാറി.

അവൾ കൂടുതൽ അടുത്തേക്കു വന്ന് എന്റെ മുഖത്തുതന്നെ നോക്കി പ്പറഞ്ഞു: "ഐ സെൽ സീഷെൽസ് ഓൺ ദ സീഷോർ." എന്നെക്കാളും വേഗത്തിൽ കൂടുതൽ ഉച്ചാരണശുദ്ധിയോടാണവൾ പറഞ്ഞത്.

ഞാൻ പകച്ചുനിന്നു. "പുരിഞ്ചിതാ?" അവളെന്നോട് ചോദിച്ചു. "നീയെല്ലാം ചെറിയ ഗൈഡ്." പുച്ഛത്തോടെ അവൾ നടന്നു മറഞ്ഞു.

അടുത്ത രണ്ടു ദിവസങ്ങളിൽ എന്റെ ദൗത്യം മീരയുടെ പശ്ചാത്തലം തിരക്കുക മാത്രമായിരുന്നു. കടൽക്കരയിൽ ശംഖും മാലയും വില്ക്കുന്ന മറ്റു പെണ്ണുങ്ങൾ എനിക്കായി വിവരങ്ങൾ ശേഖരിച്ചു.

ശുചീന്ദ്രം ഗ്രാമത്തിലെ ഒരുൾത്തെരുവിൽ തകർന്നുപോയ ഒരു ബ്രാഹ്മണ കുടുംബത്തിലെ കുട്ടിയാണ്. നല്ല നിലയിൽ കഴിഞ്ഞ കുടും ബത്തിന് പെട്ടെന്നുണ്ടായ തകർച്ചയിൽ മീരയുടെ വിദ്യാഭ്യാസം മുടങ്ങി. കാൻസർ ബാധിച്ച് അമ്മ മരിച്ചു. നിർഗുണനായ അച്ഛനുണ്ട്. പഴയ പ്രതാ പത്തിൽ കഴിയുന്ന ആ മനുഷ്യന് മീരയെ പോറ്റാൻ വഴിയില്ല. പഠിത്തം നിർത്തി ദാരിദ്രത്തിൽ കഴിഞ്ഞിരുന്ന മീരയെ കന്യാകുമാരിയിലേക്ക് നിയോഗിച്ചത് ശുചീന്ദ്രത്തെ ഒരു കച്ചവടക്കാരനാണ്. അയാളുടെ കച്ച വടം കന്യാകുമാരിയിൽ വ്യാപിപ്പിക്കാനും കന്യാകുമാരിയിലെ കച്ചവടം അയാൾക്കു കിട്ടാനും മീര കാരണക്കാരിയായി. ഇംഗ്ലീഷ് അറിയാവുന്ന മിടുക്കി പട്ടത്തി!

ഈ ബയോഡേറ്റ കിട്ടിയപ്പോൾ എനിക്ക് കൂടുതൽ ആവേശമായി ഇവളാണ് കന്യാകുമാരിയിൽ എന്നെ കൊച്ചാക്കാൻ നോക്കുന്നത്!

ദേവസഹായത്തിന്റെ വിലക്ക് മാനിക്കാതെ ഒരു ദിവസം ഞാൻ മീരയെ തടസ്സപ്പെടുത്തി.

"എന്നാ?"

"നീ ഇങ്ക ശംഖു വിക്ക വേണ്ടാം."

"ഏൻ?"

"കന്യാകുമാരി പെണ്ണുങ്കോ വിറ്റാപ്പോതും. ശുചീന്ദ്രത്തുകാരി ഇങ്കെ വര വേണ്ടാം."

"അത് ചൊല്ല നീയാര്?"

ആ ചോദ്യത്തിന് ഞാൻ തയ്യാറായിരുന്നു. "ഇന്ത ഊരുകാരൻ കന്യാകുമാരിക്കാരൻ."

പിന്നിയിട്ട മുടി വലിച്ച് പുറകിലേക്കെറിഞ്ഞ് മീര ഉറക്കെ ചിരിച്ചു. അഴകുള്ള മൂക്കിനു താഴെ പവിഴംപോലുള്ള പല്ലുകൾക്കിടയിൽ ഉതിർന്ന വലിയ ചിരിയിൽ കടൽപോലും നിശ്ശബ്ദമായി. അരസാരിക്കിടയിൽ അവ ളുടെ ചെറിയ മാറിടം ഇളകി. അവളുടെ ചെറിയ കൈസഞ്ചിയിൽ ചില ശംഖുകൾ കിലുങ്ങി.

“കന്യാകുമാരിക്കാരൻ ശുചീന്ദ്രത്തിലെ വന്ത് ഗൈഡ് വേല പണ്ണറിയേ? അപ്പോ ആരാവത് കേട്ടാളാ, ഉന്നയ്?” കേട്ടിട്ടില്ല. ഞാൻ സ്തബ്ധനായി. “പെരിയ കന്യാകുമാരിക്കാരൻ!” മീര നടന്നുപോയി.

അതിനുശേഷം ഞാൻ മീരയെ കണ്ടാൽ ഒഴിവാകാൻ തുടങ്ങി. പക്ഷേ, പലപ്പോഴും ഞങ്ങൾ കണ്ടുമുട്ടി. ഒരു ദിവസം ഒരു സംഘത്തോടൊപ്പമായിരുന്നു മീരയെ കണ്ടത്. കുളച്ചലിൽനിന്നും വന്ന് മീരയ്ക്ക് ശംഖ് വില്ക്കുന്നവരാണ് കൂടെ. മീരയുടെ പഴയ തോഴിമാർ.

“ഐ സെൽ സീ ഷെൽസ് ഓൺ കന്യാകുമാരി സീഷോർ.” അവൾ ഉറക്കെ പറഞ്ഞു ചിരിച്ചു. ഞാനും ചിരിച്ചു.

മീരയുടെ മുഖം മാത്രമായിരുന്നു പിന്നീട് എന്റെ മനസ്സിൽ. പക്ഷേ, അവളോട് തന്റേടത്തോടെ അടുക്കാൻ എനിക്ക് ധൈര്യം തോന്നിയില്ല.

ഒരു പണിയുമില്ലാതെ ഞാൻ ബസ്സ്റ്റാന്റിൽ ചുറ്റിത്തിരിയുമ്പോൾ ടാക്സിയിൽ വന്ന ഒരു സർദാർജി തന്റെ കൈയിലുണ്ടായിരുന്ന മദ്യത്തിൽ ചേർക്കാനായി ഒരു കുപ്പി മിനറൽ വാട്ടർ വാങ്ങുന്നത് ഞാൻ കണ്ടു. ഞാൻ അടുത്തു ചെന്ന് സലാം പറഞ്ഞു. സർദാർജി തന്റെ ഗ്ലാസിൽ വെള്ളം പകരുമ്പോൾ എന്നോട് ചോദിച്ചു: “പീയോഗീ?”

“ഇല്ല. വേണ്ട.”

“മോനേ, എന്തു ചെയ്യുന്നു?”

ബേട്ടാ എന്ന വിളിയിലെ സ്നേഹം എനിക്കിഷ്ടപ്പെട്ടു. ഗൈഡാണ് എന്നു പറഞ്ഞപ്പോൾ സർദാർജി ഉറക്കെ ചിരിച്ചു. ഈ വൃത്തികെട്ട സ്ഥലത്തിന് ടൂറിസ്റ്റ് ഗൈഡും! എന്റെ മ്ലാനമായ മുഖം കണ്ടിട്ടാവണം, സർദാർജി വേഗം ഗ്ലാസ് തീർത്തു. എന്ന സമാധാനിപ്പിക്കാനായി അയാൾ ചോദിച്ചു:

“ശുചീന്ദ്രം കൈസാ ഹേ?”

കന്യാകുമാരി വൃത്തിയില്ലാത്തതെങ്കിൽ അതിലേറെ മോശമാണ് ശുചീന്ദ്രം. പക്ഷേ, എനിക്ക് മീരയെ ഓർമ്മ വന്നു. ശുചീന്ദ്രം അമ്പലത്തിലെ ശില്പങ്ങളെ ഞാൻ വാഴ്ത്തി. നീണ്ട പ്രസംഗമടിച്ചു. ഒടുവിൽ സർദാർജി വീണു. “ദസ് റുപ്യാ.” പത്തുരൂപയെങ്കിൽ പത്തു രൂപ. സർദാർജിയുടെ കാറിൽ ഞാൻ ശുചീന്ദ്രത്തു ചെന്നു.

മീരയായിരുന്നു, മീര മാത്രമായിരുന്നു എന്റെ ലക്ഷ്യം. വളരുന്ന ഹനുമാനും വളരാത്ത രാമനും രക്തം പ്രവഹിക്കുന്ന മരവും ഒടുങ്ങാത്ത ജലപ്രവാഹവും കൽത്തൂണുകളിലെ സംഗീതവുമെല്ലാം ലഹരിയിൽ പ്രവേശിച്ച സർദാർജിക്ക് വലിയ ഹരമായി. സർദാർജിയെ അമ്പലത്തിൽ കടത്തി ഒരു മുതിർന്ന ഗൈഡിനെ ഏല്പിച്ച് ഞാൻ ഗോപുരമുക്കിൽ മീരയുടെ വീടന്വേഷിച്ചു. എല്ലാവർക്കും മീരയെ അറിയാമായിരുന്നു. ഒരാൾ വഴികാട്ടി. ഒരു നീണ്ട അഗ്രഹാരത്തിന്റെ അറ്റത്ത് നിലകൊണ്ട ചെറിയ ദേവീക്ഷേത്രത്തിലെ ദീപാരാധന കണ്ടുനില്ക്കുന്ന മുപ്പതോളം ബ്രാഹ്മണഭവനങ്ങൾക്കിടയിലൂടെ ഞാൻ നടന്നു. ഓരോ വീടിന്റെയും പടിക്കൽനിന്ന് മിഴികൾ നീട്ടി ഏവരും കൈകൂപ്പി വണങ്ങുന്നു, ദൂരെ നിന്നും ആരാധനാമണിയോടൊപ്പം ദീപം അർപ്പിക്കുന്ന കൈകളിലെ കർപ്പൂരത്തിന്റെ മണം എന്നിലെത്തി.

ഞാൻ മീരയുടെ ഉമ്മറത്തെത്തിയപ്പോൾ ആരാധന അവസാനിച്ചിരുന്നു. ഞാൻ നടയിൽനിന്ന് ഉള്ളിലേക്ക് നോക്കി. മീരയുടെ വീടുതന്നെയെന്ന് വീണ്ടും ചോദിച്ച് ഉറപ്പുവരുത്തി. ഞാൻ രണ്ടു പടികൾ കയറി എത്തിനോക്കി. അകത്ത് ഒരു വയസ്സൻ ടെലിവിഷൻ കാണുകയാണ്. എന്റെ ശബ്ദം കേട്ട് അയാൾ ഈർഷ്യയോടെ തിരിഞ്ഞു.

"എന്ന വേണം?"

"മീര!"

അയാൾ എന്നെയൊന്നു നോക്കിയപ്പോൾ ടെലിവിഷനിൽ ക്രിക്കറ്റിന്റെ ബഹളം. കിഴവൻ ചാടി എഴുന്നേറ്റു.

"ഇംസമാം ഉൾ ഹഖ് ഔട്ട്!" എന്നോട് ഉറക്കെ പറഞ്ഞ് ചാടിത്തുള്ളി. ഞാൻ സന്തുഷ്ടനായി എന്ന മട്ടിൽ ചിരിച്ചു.

കിഴവൻ ഉള്ളിലേക്ക് വിളിച്ചു: "മീരാ, ഇംസമാം ഔട്ട്."

മീര ഇറങ്ങിവന്നു. എന്നെ ആദ്യം കണ്ടില്ല.

അച്ഛൻ ആവർത്തിച്ചു:

"ഇംസമാം ഔട്ട്."

"ശരിയപ്പാ." അപ്പോഴാണ് വയസ്സൻ എന്റെ കാര്യമോർത്തത്.

"ഉന്നെ പാക്ക യാരോ......"

മീര തിരിഞ്ഞു. എന്നെ കണ്ടു. ഒരു നിമിഷം അവൾ അത്ഭുതപ്പെട്ടതുപോലെ തോന്നി. അച്ഛൻ ടെലിവിഷനിലേക്ക് തിരിഞ്ഞു.

"എന്ന, ഇങ്കെ?"

"ഒരു ടൂറിസ്റ്റുകൂടെ കോവിലുക്ക് വന്തേൻ, അപ്പോ...."

എനിക്ക് കൂടുതലൊന്നും പറയാനില്ലായിരുന്നു. ഒരു ക്ഷണം മീര എന്നെ സൂക്ഷിച്ചുനോക്കിനിന്നു.

ഇതിനിടെ ടെലിവിഷനിൽ വീണ്ടും ബഹളമായി. കിഴവൻ വീണ്ടും തുള്ളി.

"ക്യാച്ച് വിട്ടിട്ടാൻ! മടപ്പയൽ....."

മീര സമാധാനിപ്പിക്കുന്ന മട്ടിൽ എന്നെ നോക്കിച്ചിരിച്ചു.

"ഉള്ളെ വാങ്കോ."

ടെലിവിഷനിൽനിന്നും കണ്ണു മാറ്റാതെ വയസ്സനും എന്നെ ക്ഷണിച്ചു:

"വാ, വാ ഉള്ളെ വാ...."

"വീ കാൻ സ്റ്റിൽ വിൻ ദിസ് മാച്ച്."

ഞാൻ ചെരുപ്പൂരിവെച്ച് മെല്ലെ അകത്തേക്ക് കയറി.

എട്ട്

"**അ**പ്പാ, ഇത് ഫാറ്റിംസൺ. കന്യാകുമാരിലേരുന്ത്." മീര എന്നെ അച്ഛനു പരിചയപ്പെടുത്തി.

അച്ഛൻ ടെലിവിഷനിൽനിന്ന് കണ്ണെടുക്കുന്നില്ല.

ബ്ലാക്ക് ആന്റ് വൈറ്റ് ടെലിവിഷനിൽ ക്രിക്കറ്റ് ബോൾ ഒരു നിമിഷം മെല്ലെ ഉരുണ്ടുനിന്നപ്പോൾ അദ്ദേഹം മുഖം തിരിച്ചു.

"ങും. എന്ന പണ്ണറേ?"

മീരയാണ് മറുപടി പറഞ്ഞത്. "പെരിയ ടൂറിസ്റ്റ് ഗൈഡാക്കും. നല്ല ഇംഗ്ലീഷ് തെരിയും, അപ്പാ."

അപ്പോൾ കറന്റു പോയി. അസഹനീയതയോടെ മീരയുടെ അപ്പാ എഴുന്നേറ്റു.

"ഞാൻ വിളക്കെടുത്തിട്ടു വറേൻ."

മീര ഉള്ളിലേക്കു പോയി. അപ്പ തോർത്ത് ഒന്ന് വീശി ശപിച്ചു:

"ഇനി എപ്പം വരുമോ, എന്നമോ?" അതുക്കിടെ പാകിസ്ഥാൻ ഇന്നിങ്സ് മുടിഞ്ചിടും." ഒന്നു നിർത്തി ചോദിച്ചു:

"കന്യാകുമാരിയിലെ സീസൺ എപ്പടി?"

"മോശം."

മീര വിളക്കുമായി വന്നു. തിരിയുടെ നാളം മീരയുടെ മുഖത്ത് വീണു. വിളക്ക് വെച്ചെഴുന്നേറ്റ മീരയുടെ മുഖം പള്ളിയിലെ മേരിയുടേതു പോലെ തിളങ്ങി.

"എപ്പടി മോശമാകാതിരിക്കും? ഇങ്കെയെല്ലാം തിരുട്ടുപയൽകൾ!"

"ചുമ്മാതിരിങ്കോ." മീര അച്ഛനെ ശാസിച്ചു.

"കാപ്പി എടുക്കട്ടുമാ?"

"വേണ്ടാം. അന്ത സർദാർജി തേടുവാൻ."

"ഉക്കാര കൂടെയില്ലയെ."

"ടൈമില്ലയ്." ഞാൻ പുറത്തിറങ്ങി ചെരുപ്പിട്ടു. മീര നടവരെ വന്നു. "എപ്പോ വരുമോ ശനിയൻ!" അപ്പ പിറുപിറുത്തുകൊണ്ടിരുന്നു. യാത്ര പറയാൻ ഞാൻ തിരിഞ്ഞു.

"നാളെ കന്യാകുമാരിയിലെ പാക്കലാം." മീര പറഞ്ഞു. എന്റെ ശരീരമാകെ കുളിരുകോരിയതുപോലെ.

"ശരി." ഞാൻ നടക്കാൻ തുടങ്ങിയപ്പോൾ തെരുവാകെ പ്രകാശിച്ചു. മീരയുടെ മുഖം കൂടുതൽ തെളിഞ്ഞു.

ടെലിവിഷന്റെ ശബ്ദം പെട്ടെന്നുയർന്നു:

"നാൻ വറേൻ." മീര തലകുലുക്കി.

"വൺമോർ വിക്കറ്റ് ഡൗൺ, ഹാ, ഹാ........."

അപ്പാവിന്റെ ആഹ്ലാദം കേട്ടുകൊണ്ട് ഞാൻ നടന്നു.

കൃത്യസമയത്ത് ഞാൻ ഗോപുരമുഖത്തെത്തി. സർദാർജി എന്നെ തേടി നില്ക്കുന്നു.

"മെ സോച്ചാ, തു ചലാ ഗയി!" ഞാൻ കുറെ 'ചലാ ഗയി' ആയിപ്പോയാശാനെ. വണ്ടിയിൽ തിരിച്ച് കന്യാകുമാരിയിലെത്തിയപ്പോൾ സർദാർജി പറഞ്ഞ സംഖ്യ തന്ന് ടൂറിസ്റ്റ് ബംഗ്ലാവിലെ ബാറിൽ കയറി.

അടുത്ത ദിവസം കടലുണരും മുൻപെ ഞാനുണർന്നു.....

"എന്തുപറ്റിയെടാ, ഇന്ന് നേരത്തെ എഴുന്നേറ്റത്?" മീൻവലയിലെ ഉടക്കുകൾ മാറ്റിക്കൊണ്ട് അച്ഛൻ ചോദിച്ചു.

"ചൂട്." ഞാൻ പറഞ്ഞു.

"എടീ, ഈ ധനുമാസത്തിലും അവന് ചൂട്."

അച്ഛൻ പതിവുരീതിയിൽ യാത്രപറയാതെ കടലിലേക്ക് നടന്നു.

സമയം മുൻപോട്ടു പോകുന്നില്ല. സൂര്യൻ എവിടെയോ പുതച്ചുറങ്ങുന്നു. മീര എത്തുന്ന സമയം ബസ്സ്റ്റാന്റിൽ പോകാനായിരുന്നു എനിക്ക് തിടുക്കം. വിശപ്പുണ്ടായിട്ടും ആഹാരമിറങ്ങിയില്ല. ബസ്സ്റ്റാന്റിൽ പോയി കാത്തുനില്ക്കുന്നത് തോൽവിയാവില്ലേ? ഞാനാലോചിച്ചു. പക്ഷേ, ഇന്നലെ മീരയുടെ വീട്ടുമുറ്റത്ത് ചെന്നപ്പോൾത്തന്നെ തോറ്റില്ലേ?

ഞാൻ ബസ്സ്റ്റാന്റിലെത്തി. ഓരോ 20 മിനുട്ടിലും ശുചീന്ദ്രത്തുനിന്ന് കന്യാകുമാരിയിലെത്തുന്ന നേശമണി ട്രാൻസ്പോർട്ട് ബസുകൾ ഞാൻ നോക്കിനിന്നു. മീരയോടൊപ്പം കാണാറുള്ള ശുചീന്ദ്രത്തുകാരി ഒരു പെണ്ണിറങ്ങി നടന്നുപോയി. ഹാൻഡിക്രാഫ്റ്റ്സിൽ പാർട്ടൈം ജോലിയുള്ളവൾ. എന്നിട്ടും ഏതാണ്ട് പതിനൊന്നു മണിവരെ ഞാൻ മീരയെ കാത്തുനിന്നു. “എന്നെ പറ്റിച്ചതാണോ?” ആവില്ല. അടുത്ത ദിവസവും ഞാനതുതന്നെ ചെയ്തു. മീര വന്നില്ല. അന്നുച്ചയ്ക്ക് ആദ്യമായി ഞാൻ സ്വന്തം കാശിൽ ഒരു ബിയർ വാങ്ങി കുടിച്ചു. ഒരു വടക്കേന്ത്യൻ ദമ്പതികളെ കറക്കി കിട്ടിയ കാശു മുഴുവൻ പോയി. ഞാൻ പതിവില്ലാതെ നേരത്തെ വീട്ടിലെത്തി. അധികം ചോറുണ്ടു. “വിശക്കുമ്പോൾ ഇങ്ങനെ വന്നു വല്ലതും കഴിച്ചാൽ ആരോഗ്യമുണ്ടാകും.” അമ്മയ്ക്ക് സന്തോഷമായി.

മൂന്നാം ദിവസവും മീര വന്നില്ല. എനിക്ക് സഹിച്ചില്ല. ഞാൻ ഹാൻഡ്രിക്രാഫ്റ്റ്സിലെ ശുചീന്ദ്രത്തുകാരിയെ നേരിട്ടു. “എതുക്കു കേക്കറെ?”

ഞാൻ ചൂടായി. “കേട്ടതിക്ക് പതിൽ ചൊല്ല്.” അവൾ ഒന്നെന്നെ നോക്കി, മനസ്സിലാകാതെ “പൈസാ ഏതാവുത് തരണുമാ?”

“ആമാം.” ഞാൻ പച്ചക്കള്ളം പറഞ്ഞു.

“കഷ്ടം! അവൾ ശുചീന്ദ്രത്തെ വിട്ടെ പോയാച്ച്.”

“എവ്വളവ് പൈസാ തരണും?”

“പറവായില്ലെയ്.” ഞാൻ വേഗത്തിൽ നടന്നു. നേരെ ബസ്സ്റ്റാന്റിലെത്തി അനങ്ങിത്തുടങ്ങിയ ഒരു നാഗർകോവിൽ ബസിൽ ചാടിക്കയറി ശുചീന്ദ്രത്തിനു ടിക്കറ്റെടുത്തു.

എത്ര പതുക്കെയാണ് ഈ ബസുകൾ പോകുന്നത്! ഇടയ്ക്കുള്ള ഓരോ സ്റ്റോപ്പിലും ഞാൻ വിങ്ങുകയായിരുന്നു. ഹാൻഡിക്രാഫ്റ്റ്സുകാരി വെറുതെ നുണ പറഞ്ഞതാകും.

ശുചീന്ദ്രത്തെത്തിയപ്പോൾ കന്യാകുമാരിയിലെ കാറ്റ് എന്നെ പിന്തുടരുകയായിരുന്നു. മീരയുടെ വീടിന് മുൻപിലെ അഗ്രഹാരത്തെരുവിൽ ഞാനോടിയെത്തി. പെട്ടെന്ന് നിന്ന് സ്വയം ശാന്തനായി നടന്നു. മീരയുടെ വീടിന് മുൻപിലെത്തി. കതക് പൂട്ടിക്കിടക്കുന്നു. ഞാൻ ചുറ്റിലും നോക്കി. ആരെയും കാണുന്നില്ല. ആ തിണ്ണയിലിരുന്നപ്പോൾ ഞാൻ വിയർത്തു നനയുകയായിരുന്നു. കുറേനേരം കഴിഞ്ഞപ്പോൾ രണ്ടു ബ്രാഹ്മണർ കുളിച്ച് തോർത്തിക്കൊണ്ട് നടന്നു വരുന്നു. പ്രായമുള്ളയാൾ എന്നെ നോക്കി. “ങും?”

"മീരയുടെ വീട്ടിലെ.....?

"നീയാര്?"

"കന്യാകുമാരിയിലേരിന്ത്."

"എന്ന വേണം?"

"കൊഞ്ചം ശംഖു വാങ്കണം."

ഞാൻ എത്ര എളുപ്പത്തിലാണ് കള്ളം പറയുന്നത്!

അയാളുടെ മുഖം പ്രസാദിച്ചു.

"ഓഹോ." കൂടെ വന്ന ചെറുപ്പക്കാരനോട് "മീര കെട്ടിക്കാരി താൻ. ശംഖുവാങ്ക കന്യാകുമാരി പശങ്കൾ ഇങ്കെവരെ ആരംഭിച്ചാച്ച്!" ശരിയാണ് എന്ന മട്ടിൽ മറ്റെയാൾ തലകുലുക്കി മൂളി.

"മീരാവും അപ്പാവും കാലി പണ്ണി പോയാച്ചെ."

"തിരുവനന്തപുരം കരമനയിലേരുന്ത് ഒരുത്തൻ വന്താൻ. മുറപ്പയ്യ നാം. കൂട്ടീട്ടു പോയിട്ടാൻ."

മറ്റെയാൾ തർക്കിച്ചു: "മുറപ്പയ്യനൊണ്ണുമില്ലയ്. ഏതോ സ്വന്തം."

"ആട്ടുമെ. എല്ലാം സെറ്റിൽപണ്ണി കൂട്ടിപോയിട്ടാനെ."

"അപ്പോ വീട്?" എന്റെ തൊണ്ടയിൽനിന്നും ശബ്ദം എങ്ങനെയോ പുറത്തു വന്നു. "വാടകവീട് താനെ. അന്ത പയ്യൻ എല്ലാം കൊടുത്ത് ഒതുക്കിനാൻ."

"വെങ്കിടി താനെ അവൻ പേര്."

"വെങ്കിടേശ്." രണ്ടാമൻ തിരുത്തി: "പെരിയ എക്സ്പോർട്ടറാം."

"ശരി. നാൻ വറേൻ." ഞാൻ നടക്കാൻ തുടങ്ങി.

"നില്ല്. നില്ല്. ഇങ്കെ വേറെയും ശംഖു കിടയ്ക്കും. എൻ പയ്യനും ഇന്ത ബിസിനസ്സുതാൻ." അയാൾ ധൃതിയിൽ പറഞ്ഞു: "മീര ശംഖെല്ലാം അവൻ കിട്ടെ കിടയ്ക്കും."

"ഇല്ലയ്, നാൻ പിന്നാടിവറേൻ." ഞാൻ എങ്ങനെ ശുചീന്ദ്രം ബസ്സ്റ്റോപ്പിലെത്തിയെന്നറിയില്ല. പഴായറ്റിൻകരയിലെ മതിലിലിരുന്നു. ഒന്നുരണ്ടു ബസുകൾ കന്യാകുമാരിയിലേക്കു കടന്നുപോയി.

ഗോപുരവാതില്ക്കൽ പട്ടിമൻറം പൊടിപൊടിക്കുകയാണ്.

"അപ്പിടി ചീരും ചിറപ്പുമുള്ള പെണ്ണാകിയിരുന്താൽ കണ്ണകിക്ക് ഇന്ത ഗതി ഏൻ വന്തത്?"

"കെട്ടവളൻറ് കോവിലനുക്കേ പൂരിന്ത പിന്നാടി ഉയിർവിട്ടിരുന്താൽ മങ്കയെന കൊണ്ടാടിയിരുപ്പേൻ, ആനാൽ..."

ലൗഡ്സ്പീക്കർ ഗർജ്ജിച്ചു. അടുത്ത കന്യാകുമാരി ബസിൽ ഞാൻ കയറി. വിയർത്ത എന്റെ ശരീരത്തിൽ ധനുമാസക്കാറ്റു വീശിയപ്പോൾ കുളിരു തോന്നി. ബസിൽ ചുരുക്കം ചിലരേയുള്ളൂ. ഞാനൊരു ഓരത്തിരുന്ന് ഇടത്തോട്ടു നോക്കി. മലനിരകൾ എന്നെ സഹതാപത്തോടെ നോക്കി പിറകോട്ടു മറഞ്ഞു കൊണ്ടിരുന്നു. മീര! ഞാൻ നിശ്ശബ്ദനായി കരഞ്ഞു. മരുത്തുവാമലയുടെ അടിവാരത്തിലൂടെ ബസ് കടന്നപ്പോൾ തെക്ക് സൂര്യൻ താഴ്ന്നുതുടങ്ങി. വെള്ളമേഘങ്ങൾക്ക് ചെറിയ ചുവപ്പു നാടകൾ ഉണ്ടായി. സൂര്യൻ അമരും മുൻപ് ബസ് മുനമ്പിലെത്തി നിന്നു.

ഒൻപത്

ബസിൽനിന്നിറങ്ങി ഞാൻ വീട്ടിലേക്ക് നടന്നു. വഴിയിലെന്തെല്ലാം കണ്ടെന്നോ കേട്ടെന്നോ ഞാനറിഞ്ഞില്ല. എന്നെ പ്രതീക്ഷിച്ചെന്ന മട്ടിൽ അച്ഛനും അമ്മയും കുടിൽത്തിണ്ണയിലിരിക്കുകയാണ്. എന്നെ കണ്ട പ്പോൾ അച്ഛൻ അമ്മയെ നോക്കി. അമ്മയും എന്നെ സൂക്ഷിച്ചുനോക്കു ന്നു; മുഖം തിരിച്ച് അച്ഛനെയും. അച്ഛൻ തല മെല്ലെ തൂണിൽ ചാർത്തി കണ്ണടച്ചു.

"എന്താ, എന്താ പ്രശ്നം?" അച്ഛന്റെ കണ്ണുകൾ വീണ്ടും അമ്മയിൽ അഭയം പ്രാപിച്ചു. അമ്മ മുഖം കുനിച്ചു പറഞ്ഞു: "അവൾ വന്നിട്ടുണ്ട്."

ഒരു ക്ഷണം ഒരു മിന്നൽ എന്നിലൂടെ പാഞ്ഞുകടന്നു. ഞാൻ മെല്ലെ ചോദിച്ചു: "മീരയോ? എവിടെ?"

പെട്ടെന്ന് അച്ഛന്റെയും അമ്മയുടെയും മുഖങ്ങൾ ചോദ്യചിഹ്നങ്ങ ളായി.

"മീരയോ?" അമ്മ.

"ആരാ, മീര?" അച്ഛൻ എഴുന്നേറ്റു. "എനിക്കബദ്ധംപറ്റിയോ?"

"ആരാടാ, മീര?" അമ്മയും എഴുന്നേറ്റുനിന്നു.

എന്റെ ക്ഷമ നശിച്ചു: "ആരാ വന്നത്?"

എന്റെ ശബ്ദം ഇത്രയും ഉച്ചത്തിൽ ആ കടൽക്കര കേട്ടിട്ടില്ല. അമ്മ യുടെ മുഖം പെട്ടെന്ന് തളർന്നു. അച്ഛൻ കൈലിയുടെ മടിയിൽ തിരു കിയ ഒരു കടലാസ് എടുത്ത് നീട്ടി.

"നിന്റെ ജർമ്മൻകാരി, പെട്ര!" ഞാൻ എന്നാണ് അവളെ മറന്നത്! കടലാസു വാങ്ങുമ്പോൾ എന്റെ കൈ വിറച്ചു. അമ്മയെ ഒന്നു നോക്കി അച്ഛൻ ഉള്ളിലേക്ക് കടന്നു. എന്നെ നോക്കാതെ അമ്മയും പിന്നാലെ ചെന്നു.

ഞാൻ തിണ്ണയിലിരുന്നു. ഈ കടലെത്ര അടുത്താണ്. എന്റെ സ്വകാ ര്യതയിൽ കടലിന്റെ നേർത്ത ഇരമ്പലുകൾ കടന്നതുപോലെ,

ഞാൻ മടക്കിയ കടലാസ് തുറന്നു.

"ഫാറ്റി, കം സൂൺ. ഐയാം ഇൻ ദ സേം പ്ലേസ്, സേം റൂം - പെട്ര.." വിശ്വസിക്കാനാവാതെ ഞാൻ കടലിനെ നോക്കി.

അച്ഛന്റെ ശബ്ദം:

"വൈകിക്കണ്ട. സൈക്കിളെടുത്ത് വേഗം പോ. അവൾ ഇതു തന്നി ട്ടുപോയിട്ടു കുറെ സമയമായി.......ഞങ്ങൾ ഒളിച്ചുവെച്ചെന്ന് വിചാരി ക്കണ്ട."

ഞാൻ വൈകിച്ചില്ല. കുടിലിനെ വലംവെച്ച് പിന്നിലെ അലുമിനിയം ചട്ടിയിലെ വെള്ളം കോരി മുഖം കഴുകി. അമ്മയുടെ ഉണങ്ങാനിട്ടിരുന്ന സാരിയിൽ മുഖം തുടച്ച് ഞാൻ പുറപ്പെട്ടു. ഷർട്ടു മാറണമെന്നുണ്ടായി രുന്നു. പക്ഷേ, അകത്തു കയറാൻ എനിക്ക് ധൈര്യം തോന്നിയില്ല. ഞാനി റങ്ങുമ്പോൾ മെല്ലെ അച്ഛൻ തിരക്കുന്നത് കേട്ടു: "ആരാടീ ഈ മീര?"

കാറ്റിനെതിരെ വേഗത്തിൽ ചവുട്ടി ഞാൻ പെട്രയുടെ ലോഡ്ജിലെത്തി. ആ ചെറിയ സവാരിക്കിടയിൽ പെട്ര പണ്ടു കേൾപ്പിച്ച യൂറോപ്യൻ സംഗീതം എന്റെ സിരകളിൽ കടന്നതുപോലെ. ഞാൻ സൈക്കിൾ മാറ്റിവെച്ചു തിരിഞ്ഞപ്പോൾ മുൻപിൽ പെട്ര നില്ക്കുന്നു. കടൽക്കാറ്റ് അവളുടെ ചെമ്പൻമുടിയെ മുഖത്തേക്ക് വലിച്ചിഴയ്ക്കുന്നു. എങ്കിലും ആ കണ്ണുകൾ രണ്ടും എന്നെ നോക്കി നിശ്ചലമായി. ഒരു പ്രതിമയുടേതുപോലെ നിശ്ശബ്ദസാന്ത്വനം നിറഞ്ഞ കണ്ണുകൾ.

ഞാൻ പടികൾ ചാടിക്കയറി അവളുടെ മുൻപിൽ നിന്നു. ഫാറ്റി! അവളെന്റെ നെറുകയിൽ ഉമ്മവെച്ചു. എല്ലാം മറന്ന് ഞാൻ അവളുടെ ചെറിയ നെഞ്ചിലേക്ക് വീണു. “കമിൻ ഫാറ്റി.” അവൾ കൈപിടിച്ച് എന്നെ നടത്തി മുറിയിലേക്ക് കൊണ്ടുപോയി. റിസപ്ഷനിസ്റ്റിനെ ശ്രദ്ധിക്കാതെ ഞാൻ ഒരു കുട്ടിയെപ്പോലെ പിന്നാലെ നടന്നു.

മുറി തുറന്ന് അകത്തു കടന്ന പെട്ര കടലിലേക്ക് നോക്കുന്ന ടെറസിന്റെ വാതിലുകൾ തള്ളിത്തുറന്നു. സന്ധ്യയായിരിക്കുന്നു. മുറിയുടെ എല്ലാ വിളക്കുകളും അവൾ കത്തിച്ചു. നേരത്തെ പകുതി കുടിച്ചുവെച്ചിരുന്ന ബിയർ ഗ്ലാസുമായി, അവൾ ടെറസിലിട്ടിരുന്ന ചാരുകസേരയിൽ ചാഞ്ഞു. ബാക്കി ബിയർ കുപ്പിയിലുണ്ടായിരുന്നു. “പോർ എ ഗ്ലാസ് ആന്റ് കം.” അവൾ പറഞ്ഞു.

ഈ ദേവതയെ ഞാൻ എങ്ങനെ മറന്നു! എന്തെല്ലാമോ വികാരങ്ങളിൽ ഞാൻ വിയർത്തുനിന്നു. “ഫാറ്റീ, കം” ഞാനുണർന്നു. ഗ്ലാസ് നിറച്ചു.

ഞാൻ ഗ്ലാസുമായി പെട്രയുടെ കാൽച്ചുവട്ടിലിരുന്നു. “ഡ്രിങ്ക്,” പെട്രയുടെ ലോലമായ ശബ്ദം. ഞാനൊരു വലിയ കവിൾ കുടിച്ചു. കടൽ ശാന്തമായിരുന്നു. വളരെ കുറച്ച് ടൂറിസ്റ്റുകളേയുള്ളൂ. അവരുണ്ടാക്കിയ അപശബ്ദങ്ങൾ ശാന്തമായ കടൽ ഏറ്റവാങ്ങുന്നു. അന്ന് കടൽ വയസ്സായ ഒരാണിനെപ്പോലെ മുനകി.

“ഹൗ ആർ യു?”

“ഫൈൻ. വെരിഫൈൻ.” ഞാൻ ഉത്സാഹം കാട്ടി. ഒരു നിമിഷം പെട്ര മിണ്ടിയില്ല. അവൾ കടലിനെ നോക്കിക്കൊണ്ടിരുന്നു. ഒരു കവിൾകൂടി കുടിച്ച് എന്നെ നോക്കി: “യു ലുക് ഫൈൻ-യെസ്.” അവൾ ചെറുതായി ചിരിച്ചോ? ഇല്ല. എനിക്ക് തോന്നിയതാണ്.

“യെസ്, യെസ്.”

പെട്ര മിഴി മാറ്റാതെ ചോദിച്ചു:

“ഹൂയിസ് മീര?”

ഞാൻ സ്തബ്ധനായി. ഞാൻ ഗ്ലാസ് വലിച്ചുകുടിച്ച്. മനസ്സിൽ മറുപടി തേടി. പെട്ര ചാടിയെഴുന്നേറ്റ് എന്റെ ഗ്ലാസ് പിടിച്ചുവാങ്ങി നിലത്തുവെച്ചു.

അവൾ എന്നെ പൊക്കി എഴുന്നേല്പിച്ചു. എന്റെ രണ്ട് തോളുകളിൽ ശക്തിയായി പിടികളമർത്തി കുലുക്കി. “ആരാ മീര? ആരാ മീര?” അവളുടെ കരുത്ത് നേരിടാനാവാതെ ഞാൻ കടലിനെ നോക്കി. ടെറസ്സിൽ നിന്നും എന്നെ വലിച്ച് ഉള്ളിലാക്കി അവൾ പുറത്തേക്കുള്ള കത

കടച്ചു. കടലിന്റെ ശബ്ദം പെട്ടെന്ന് നിലച്ചു. അവളെന്നെ വരിഞ്ഞുമ്മ വെച്ചു. ഒരു പാവയെ എന്നപോലെ അവൾ എന്നെ ചരിച്ച് കിടക്കയിൽ വീഴ്ത്തി ഞാൻ ഏതോ മന്ത്രവാദത്തിലെന്നപോലെ എന്തെല്ലാമോ മുന കിക്കൊണ്ട് വീണുകിടന്നു.

“പെട്ര, പെട്ര” എന്നെന്റെ ശരീരം വിറച്ചുകൊണ്ട് പറയുന്നതുമാത്രം ഞാൻ കേട്ടു.

ഒരു ലൈറ്റ് ഒഴികെ മറ്റെല്ലാം അവൾ കെടുത്തി. വീണ്ടും ടെറസിന്റെ വാതിൽ തുറന്ന് അവൾ കടലിന്റെ ശബ്ദം അകത്തേക്കു കടത്തി. ഉടനെ ആവേശത്തോടെ എന്നിലേക്കു വീണു. ആ വീഴ്ചയിൽ തന്നെ ഞങ്ങളി രുവരിലേക്കും പ്രവേശിച്ചു. “മൈ ഫാറ്റി, മൈ ഫാറ്റി,” പെട്രയുടെ നേർത്ത വിളികൾക്കനുസൃതമായി എന്റെ ശരീരമുയർന്നുതാണു. ചില നിമിഷങ്ങളിൽ ഞങ്ങളിരുവരും ഉറക്കെ നിലവിളിച്ചു കരഞ്ഞു. ഞാൻ പൊടിഞ്ഞുതകർന്ന് കിടക്കയുടെ നിശ്ചല ഭാഗമായി. പെട്രയെന്ന ആവ രണം മറിഞ്ഞ് എന്റെ വശത്തു വീണു കിതച്ചു കിടന്നു.

എപ്പോഴാണ് ഞങ്ങൾ നഗ്നരായത്! ഞാൻ തിരിഞ്ഞ് പെട്രയുടെ വിയർപ്പു തുടച്ചു. അവളെന്റെ കൈയിൽ കടിച്ചു. ഞാനവളെ പുണർന്ന പ്പോൾ തള്ളിമാറ്റി എഴുന്നേറ്റിരുന്നു. കുത്തിയിരിക്കുന്ന നഗ്നശരീരം എന്നെ തളർത്തി. ഞാൻ മുൻപോട്ടാഞ്ഞു. അവൾ കൂടുതൽ ശക്തിയോടെ എന്നെ ഉന്തി നിലത്തു വീഴ്ത്തി. ഞാൻ എഴുന്നേറ്റു നിശ്ശബ്ദനായി വസ്ത്രം ധരിച്ചപ്പോൾ അവൾ മിണ്ടിയില്ല. മുറിയിലെ ഒരു സ്റ്റൂളിൽ ഞാനിരുന്ന പ്പോൾ പെട്ര ചോദിച്ചു:

“ആരാ മീര?”

ഞാനെല്ലാം പറഞ്ഞു. കഥയുടെ ചില ഭാഗങ്ങൾക്കിടയിലെ ചെറിയ വിവരങ്ങളും ചോദിച്ച് പൂരിപ്പിക്കുകയായിരുന്നു പെട്ര.

ഇടയ്ക്കവൾ സിഗരറ്റു കത്തിച്ച് എനിക്കൊരു വലി തന്നു. എന്റെ കഥയവസാനിച്ചപ്പോൾ ദീർഘനേരം അവളെന്നെ നോക്കിയിരുന്നു. എഴു ന്നേറ്റ് അരികിലെത്തി എന്റെ മടിയിലിരുന്നു. എന്റെ മുഖത്ത് അവളുടെ കൈവിരലുകളോടിച്ചു.

“വീട്ടിൽ പോണ്ടേ?” അവൾ മലയാളത്തിൽ ചോദിച്ചു.

“വേണ്ട.” അവളെന്റെ മൂക്കിന്റെ അറ്റത്തും കണ്ണുകളിലും ഉമ്മവെച്ചു.

“യു ഗോ ആന്റ് കം ടുമാറോ.” അവൾ മെല്ലെ പറഞ്ഞു.

“വേണ്ട.” എന്റെ സ്വരം ദൃഢമായിരുന്നു.

പെട്ര ടെറസിലേക്കുള്ള വാതിൽ പൂർണ്ണമായും തുറന്നിട്ടു. കടൽക്കാറ്റിന് ഈർപ്പം കൂടുന്നുണ്ടായിരുന്നു.

“ലെറ്റ് ദി ഡോർ ബി ഓപ്പൺ.”

“ശരി.” ഞാൻ പറഞ്ഞു. ഏതു കടൽക്കിഴവനാണ് ടെറസിന്റെ വാതി ലിലൂടെ വരുക!

ഞാൻ പെട്രയെ വരിഞ്ഞപ്പോൾ അവൾ പിറുപിറുത്തുകൊണ്ട് ചാഞ്ഞു. ഞങ്ങൾ മെല്ലെ കിടക്കയിൽ വീണു. ഒരു പുതപ്പിന്റെ കീഴിൽ പ്രവേശിച്ചു. ഞാൻ അങ്ങനെ ലോകമറിഞ്ഞുറങ്ങി.

രാവിലെ കോളിങ് ബെല്ലിന്റെ ശബ്ദം കേട്ടാണ് ഞാൻ കണ്ണു തുറന്നത്. പകലായിരിക്കുന്നു. ടെറസിൽ നില്ക്കുകയാണ് പെട്ര. ബെല്ല് വീണ്ടുമടിച്ചു. വാതിലിലേക്ക് നടക്കുന്നതിനിടയിൽ പെട്ര എന്നെ നോക്കി. എന്റെ തുറന്ന കണ്ണുകളിലേക്ക് അവൾ അഴകോടെ മന്ദഹസിച്ചു.

എനിക്കെഴുന്നേല്ക്കാൻ തോന്നിയില്ല. പെട്ര മുറിയുടെ കതകു തുറന്ന് ബെല്ലടിച്ച ആളോട് കുറേനേരം എന്തെല്ലാമോ സംസാരിക്കുന്നുണ്ടായിരുന്നു. ആരാവാം? ഞാൻ എഴുന്നേറ്റു.

അപ്പോൾ പെട്ര വന്നു.

"ഫാറ്റി, ഡ്രെസ്സപ്പ്."

എനിക്കു മനസ്സിലായില്ല.

"ഡ്രെസ്സപ്പ് സൂൺ." ഞാൻ പാന്റ്സ് വലിച്ചുകയറ്റുമ്പോൾ പെട്ര മെല്ലെ പറഞ്ഞു:

"യുവർ ഡാഡി! ഹി ഈസ് വെയിറ്റിങ് ഔട്ടസൈഡ്."

എന്റെ നാഡികൾ തളർന്നു. പെട്ര ഒരു ഗ്ലാസ് വെള്ളമൊഴിച്ചു തന്നു.

"ഞാൻ പോയിട്ടു വരാം." ഞാനിറങ്ങി. മുറി പൂട്ടാതെ പെട്ര പിന്നാലെ വന്നു.

റിസപ്ഷനു മുൻപിലെ പുൽത്തകിടിയിൽ അച്ഛൻ പുറത്തേക്കു നോക്കിനില്ക്കുന്നു. ഞങ്ങളുടെ കാലൊച്ച കേട്ട് അച്ഛൻ തിരിഞ്ഞ് എന്നെ ഒന്നു നോക്കി. പിന്നെ പെട്രയെയും. അച്ഛൻ കടലിനെ നോക്കി മുഖം കുനിച്ചു പറഞ്ഞു:

"രാത്രി കാണാതായപ്പോൾ തിരക്കിയതാണ്. ഇവിടെയാണെന്നറിഞ്ഞപ്പോൾ സമാധാനമായി. പോകാൻ പുറപ്പെട്ടതാണ്. ഹോട്ടലുകാര് നിർത്തിയതാ." അച്ഛന്റെ ശബ്ദത്തിലെ കുറ്റബോധത്തിൽ ഞാൻ തളർന്നുനിന്നു.

"അവളോട് പറയ്, ഞാൻ പിടിച്ചുകൊണ്ടുപോകാൻ വന്നതല്ലെന്ന്." എന്റെ നാവുയരുന്നില്ല.

"പറയെടാ," അച്ഛൻ ആജ്ഞാപിച്ചു.

പെട്ര ഒരടി മുന്നോട്ടുവെച്ചു പറഞ്ഞു: "മനസ്സിലായി."

അച്ഛൻ പെട്ടെന്നുലഞ്ഞു: "ങേ!" ജാള്യത്തോടെ അച്ഛൻ ചിരിച്ചു: "ങാ, ങാ..... ഒന്നുമില്ല. നോ പ്രോബ്ലം."

പെട്ര അച്ഛന്റെ വളരെയടുത്ത് ചെന്നു, മാർദ്ദവത്തോടെ പുഞ്ചിരിച്ചു. മെല്ലെ അച്ഛന്റെ കൈപിടിച്ചു കുലുക്കി.

"ങാ, ങാ." അച്ഛൻ നാണത്തിൽ ചാടി.

ഞാനും അടുത്തു ചെന്നു. ഇതിനിടെ അച്ഛൻ പെട്രയുടെ കൈ പിടിച്ചു. ദീർഘമായി ഒന്നു നിശ്വസിച്ച ശേഷം എന്നെ നോക്കി.

പെട്ടെന്ന് അച്ഛൻ പഴയ അച്ഛനായി. ശബ്ദത്തിലെ ആഴം തിരിച്ചു വന്നു.

"എടാ, കുറേക്കാലമായി നിന്നെ ഇങ്ങനെ അവൾ പോറ്റുന്നതല്ലേ? വീട്ടിൽ വിളിച്ചു കുറച്ചു ചോറ് കൊടുക്ക്."

അച്ഛൻ ഒന്നു നിർത്തി: "വരുമെങ്കിൽ...."

പെട്ര ഒന്നു നോക്കി അച്ഛൻ പറഞ്ഞു: "അമ്മ പറഞ്ഞതാ" വിശ്വ സിക്കാനാവാതെ ഞാൻ നിന്നപ്പോൾ അച്ഛൻ പെട്രയോടു തുടർന്നു: "മൈ ഹൗസ്, ഫുഡ്, കം." ഊണു കഴിക്കുന്ന കാര്യം അച്ഛൻ ആംഗ്യത്തിൽ ആവർത്തിച്ചു.

പെട്ര വീണ്ടും അച്ഛന്റെ കൈ പിടിച്ചു: "യെസ്, യെസ്, ഷുർ. ഷുർ."

"എപ്പൊ?"

പെട്ര താമസിച്ചില്ല. "ടുഡേ, ഇന്ന്, ഇന്ന്."

അവളുടെ ശബ്ദത്തിലെ ആകാംക്ഷ എന്നെ അമ്പരപ്പിച്ചു.

അച്ഛനും സന്തോഷം മറച്ചില്ല. എന്നോടു തിരിഞ്ഞ്, "എന്നാൽ നീ പന്ത്രണ്ടു മണിയാകുമ്പോ വിളിച്ചോണ്ടു വാ. ഞാൻ നല്ല മീൻ വല്ലതും കിട്ടുമോന്ന് നോക്കട്ടെ."

അച്ഛൻ ധൃതിയിൽ നടന്നുപോകുന്നതും നോക്കി ഞങ്ങൾ നിന്നു. നടന്നുമായുന്ന അച്ഛനെത്തന്നെ നോക്കിക്കൊണ്ട് പെട്ര ലോഡ്ജിന്റെ പടിയിൽ തളർന്നിരുന്നു. "മൈ ഗോഡ്, മൈ ഗോഡ്!" വിശ്വസിക്കാനാ വാതെ അവൾ സ്വയം പറഞ്ഞുകൊണ്ടിരുന്നു.

പത്ത്

ആദ്യമായാണ് ഈ മട്ടിലൊരു അതിഥിയെ എന്റെ അച്ഛനും അമ്മയും സൽക്കരിക്കുന്നത്. കന്യാകുമാരിയിലെ ചില പിള്ളേരെ ഒന്നോ രണ്ടോ പ്രാവശ്യം ഞാൻ വീട്ടിൽ കൊണ്ടുവന്നിട്ടുണ്ട്. പക്ഷേ, അവരാരും ക്ഷണിച്ചുവരുത്തിയ അതിഥികളല്ലായിരുന്നു.

പെട്രയ്ക്ക് എരിവിഷ്ടമാണെന്ന് ഞാൻ പറഞ്ഞപ്പോൾ അവർക്ക് കൂടുതൽ സന്തോഷമായി. കറികൾ ആ മട്ടിലായി. ഒരു നാണവുമില്ലാതെ നിലത്തിരുന്ന് പെട്ര വാരിവലിച്ച് തിന്നുകയായിരുന്നു. ഇഷ്ടമായെന്ന മട്ടിൽ ഇടയ്ക്ക് ചില ജർമ്മൻ ശബ്ദങ്ങളും.

എന്റെ നോട്ടം കണ്ടിട്ടാവണം പെട്ര അമ്മയെ നോക്കി വിശദീക രിച്ചു:

"വിശപ്പ്, നോ ബ്രേക്ക്ഫാസ്റ്റ്."

ആദ്യം അമ്മയ്ക്ക് മനസ്സിലായില്ല.

അച്ഛൻ പതിഞ്ഞ സ്വരത്തിൽ പറഞ്ഞു: "എടീ, രാവിലെമുതൽ ഒന്നും കഴിച്ചില്ലെന്ന്! അതാ വിശപ്പ്! എങ്ങനെ കഴിക്കും! ഇവനല്ലേ കൂടെ!"

അച്ഛൻ പറഞ്ഞത് മനസ്സിലായില്ലെങ്കിലും പെട്ര ശരിയാണ് എന്ന മട്ടിൽ തലകുലുക്കി ചിരിച്ചു. അമ്മയുടെ കണ്ണുകൾ എന്നെ ദഹിപ്പിച്ചു. "പാവംപെണ്ണ്." അമ്മ.

പെട്ര പിന്നീടും ചോറു വാങ്ങി കഴിച്ചു. സന്തുഷ്ടിയോടെ കുടിലിന്റെ ഓലഭിത്തിയിൽ ഒന്നു ചാഞ്ഞിരുന്നു. എല്ലാവരെയും നോക്കി ചിരിച്ചു. "താങ്ക്സ്, താങ്ക്സ്." അവൾ പ്ലേറ്റുമായി എഴുന്നേറ്റപ്പോൾ അമ്മ തടഞ്ഞു.

അവൾ വകവെച്ചില്ല. പുറത്തിറങ്ങി അലുമിനിയം പാത്രത്തിൽ നിന്നുള്ള വെള്ളമെടുത്ത് തന്റെ പ്ലേറ്റും കൈകളും കഴുകി. പ്ലേറ്റ് ഒന്നു കൂടി വൃത്തിയാക്കി അടുക്കളയുടെ ഒരറ്റത്ത് ചായ്ച്ചുവെച്ചു. വിഷണ്ണയായി നിന്ന അമ്മയുടെ കൈ പിടിച്ചുമ്മവച്ചുകൊണ്ട് പെട്ര നന്ദിവാക്കുകൾ ആവർത്തിച്ചു. അമ്മയുടെ കണ്ണുകൾ നിറഞ്ഞു. അതുകണ്ട് പെട്രയുടെ മുഖം മാറി. അവൾ വിതുമ്പാൻ തുടങ്ങി.

"ഇതെന്ത്?" അച്ഛൻ എന്തോ പറയാൻ ആരംഭിച്ചു നിർത്തി. പെട്ര ഉറക്കെ കരഞ്ഞു. അമ്മയുടെ വിയർത്ത മാറിടത്തിൽ വീണു.

"പെട്രാ!" ഞാൻ അടുത്തേക്ക് ചെന്നു.

"ഐയാം ഹാപ്പി, ഹാപ്പി." പെട്ര നിയന്ത്രണം വീണ്ടെടുത്തു. അച്ഛൻ ഒരു തോർത്ത് പെട്രയ്ക്ക് നല്കി. അത് വാങ്ങി അവൾ മുഖം തുടച്ചു വീണ്ടും നന്ദിവാക്കുകൾ പറയാൻ ശ്രമിച്ചു പരാജയപ്പെട്ടു. "പെട്രാ." ഞാൻ വീണ്ടും വിളിച്ചു. "പെട്രാ." അമ്മയും വിതുമ്പി.

"ഗുഡ്ബൈ. ഐ വിൽ ടേക് യുവർ സൈക്കിൾ. സീ യു ഇൻ ദ ഈവനിങ്." കരയാതിരിക്കാൻ പെട്ര കണ്ട മാർഗ്ഗം ഓടി രക്ഷപ്പെടുകയായിരുന്നു. അവൾ ചാടി സൈക്കിളെടുത്ത് കൈ വീശിക്കൊണ്ട് അപ്രത്യക്ഷയായി.

"എന്തു പാവം!" എന്നെ ക്രൂരമായി നോക്കിക്കൊണ്ട് അമ്മ അച്ഛനോടു പറഞ്ഞു. കണ്ണു തുടച്ചകത്തു ചെന്നു.

ഞാൻ പതുക്കെ നടന്ന് പിറകിലെ അച്ഛന്റെ ചാരുകസേരയിൽ ചെന്നിരുന്നു. തല ചായ്ച്ചപ്പോൾ കന്യാകുമാരി ദേവിയും കന്യാമറിയവും കടലലകളിൽ നിന്നെഴുന്നേറ്റ് എന്നെ ഇരുവശത്തുനിന്നും തൊട്ടിലാട്ടി ഉറക്കുന്നതുപോലെ തോന്നി. ഞാനത്രയും ക്ഷീണിതനായിരുന്നു.

"അവനെ വിളിച്ചുണർത്ത്. അവളെന്തു വിചാരിക്കും?" അച്ഛന്റെ ശബ്ദം കേട്ടാണ് ഞാൻ കണ്ണുതുറന്നത്. അച്ഛൻ വീട്ടിലുള്ളപ്പോൾ ആ ചാരുകസേരയിൽ ഞാൻ ഒരിക്കലും ഇരുന്നിട്ടില്ല. ഇന്നുറങ്ങിപ്പോയി.

"പോയി നോക്കിയിട്ടു വാടാ." അമ്മയുടെ സ്വരത്തിൽ പതിവില്ലാത്ത ഒരു വേദനയായിരുന്നു.

ഞാൻ എഴുന്നേറ്റു നടന്നു. എന്റെ നടപ്പാത വിജനമായിരുന്നു. കാറ്റില്ല. കടൽഗർത്തങ്ങളിലെ ഉൾത്താപമേറ്റുവാങ്ങാൻ വിസമ്മതിച്ച വെള്ളമേഘങ്ങൾ എന്നെ വിയർപ്പിച്ചു. സൂര്യൻ ചരിഞ്ഞു തുടങ്ങിയതേയുള്ളൂ. പെട്രയുടെ ഹോട്ടലിന് മുൻപിലെത്തിയപ്പോൾ ചുമന്ന സൂര്യനിൽ കടലിലെ അഴുക്കുകൾ പുരണ്ടു തുടങ്ങി.

എന്റെ സൈക്കിൾ ഒരുതരം വേദനയോടെ ലോഡ്ജിന്റെ ഒരു വശത്ത് വിശ്രമിക്കുന്നു. പെട്രയുടെ മുറിയിലേക്ക് ഞാൻ നടന്നപ്പോൾ ആരും തടസ്സപ്പെടുത്തിയില്ല.

ഞാൻ ചെയ്യുന്നത് ശരിയല്ല എന്ന മട്ടിൽ റിസപ്ഷനിസ്റ്റ് എന്നെ നോക്കിയെന്ന് മാത്രം.

പെട്ര വസ്ത്രമണിഞ്ഞ് തയ്യാറായിരുന്നു. ആ മുഖം തുടുത്തിരുന്നു. ഏതു നിമിഷവും ചോര പൊടിയുമോ എന്നു തോന്നുന്ന കവിളും

മൂക്കും. ഞാനതു ശ്രദ്ധിച്ചപ്പോൾ പെദ്ര എഴുന്നേറ്റു. മുഖത്ത് പൗഡർ പുരട്ടി. ആ മുഖജ്വാലയിൽ പൊടിയുടെ മൂടുപടലമായി. അസ്തമയസൂര്യനിൽ സ്നേഹത്തോടെ ഉരസിയ മേഘച്ഛവി ഞാൻ കണ്ടു.

ഞങ്ങൾ നിശ്ശബ്ദ ആലിംഗനത്തിൽ കുറേനേരം നിന്നു.

"നമുക്ക് പുറത്തുപോകാം." പെദ്ര പറഞ്ഞു. ഞങ്ങൾ ഉടനെ പോയില്ല. കെട്ടിപ്പിടിച്ചു നിന്നു, കുറേനേരംകൂടി.

"എവിട പോകാൻ?" ഞാൻ ചോദിച്ചു.

പെദ്ര മുഖമുയർത്തി. ആ കണ്ണുകളിലൂടെ സംഗമ സമുദ്രങ്ങളുടെ സ്നേഹാറാട്ടുകൾ എന്നെ കുളിപ്പിച്ചു. എന്റെ ഉടലാകെ ആനന്ദം പെരുകി. ഞാൻ പെദ്രയെ മുറുകെ പിടിച്ചപ്പോൾ ഉണ്ടായ ഉരുൾപൊട്ടലിൽ ഞാൻ സ്ഖലിച്ചു നിന്നു.

പെദ്ര അത്ഭുതത്തോടെ എന്നെ നോക്കി. ഞങ്ങൾ കിടക്കയിൽ വീണു വീണ്ടും സ്നേഹസമുദ്രങ്ങൾ തേടി.

വിയർത്തുകുളിച്ചാണ് ഞങ്ങളെഴുന്നേറ്റത്.

ആ സന്ധ്യയിൽ ആളൊഴിഞ്ഞ ഒരു കടൽക്കോണിൽ ഞങ്ങളൊരുമിച്ച് കുളിച്ചു. ബ്രാഹ്മണ ഗ്രാമത്തിലെ ഒരു പോറ്റി ഹോട്ടലിൽ നിന്ന് ഞങ്ങൾ കുറെ ദോശകൾ കഴിച്ചു.

ഞങ്ങളൊരു പദ്ധതി തയ്യാറാക്കി.

പെദ്ര തിരുവനന്തപുരത്തു തിരിച്ചുപോകും. ഞാൻ ഒരു മാസം കഴിഞ്ഞ് അവിടെയെത്തും. ഒന്നിച്ചൊരു യാത്ര നടത്തും. പിന്നാലെ ഞാനും ജർമ്മനിയിൽ പോകും. എനിക്കാദ്യം വിശ്വസിക്കാനായില്ല.

"വരില്ലേ? പെദ്ര ചോദിച്ചു."

"വരും, വരും."

പെദ്രയെ ഞാൻ കേരള ട്രാൻസ്പോർട്ടിന്റെ പച്ചനിറമുള്ള എക്സ്പ്രസ് ബസിൽ യാത്രയാക്കി. ഞങ്ങളിരുവരും കരഞ്ഞില്ല. എല്ലാം തീരുമാനിച്ച രണ്ടു മനസ്സുകൾ താല്ക്കാലികമായി യാത്രപറഞ്ഞു.

ഞാൻ തിരിഞ്ഞപ്പോൾ ദേവസഹായം ദൂരെ മാറിയിരിക്കുന്നത് കണ്ടു. ഞാനടുത്തു ചെന്നു.

"പോയിട്ടാ, ഇല്ലയാ?"

"ങാ!"

ദേവസഹായം എഴുന്നേറ്റു. "നീയുംകൂടെ പോയിടുവിയാ?"

അവന്റെ ശബ്ദം ഇടറുന്നു. ഞാൻ മിണ്ടിയില്ല.

"എനക്ക് പുരിഞ്ചിതുടാ." ഇവനെന്താ കരയാൻ പോകുകയാണോ? ഒരു കൈകൊണ്ട് ദേവസഹായത്തെ ഞാൻ തൊട്ടു.

"എനക്ക് മുന്നാലെ തെരിഞ്ചിതുടാ." അവൻ ഉറക്കെ നിലവിളിക്കാൻ തുടങ്ങി. അയാളെ കുറേനേരം ഞാൻ സമാധാനിപ്പിച്ചു. എങ്ങും പോവില്ല എന്ന് വാക്കും നല്കി.

സൈക്കിൾ ചവിട്ടാൻപോലും വയ്യാത്ത ക്ഷീണം തോന്നി. കുറേ ദൂരം ഞാൻ സൈക്കിളുരുട്ടി നടന്നു.

വീണ്ടും സൈക്കിളിൽ കയറി. വീടിന് തൊട്ടുമുൻപിൽ പതിവു പോലെ മുറ്റത്തിറങ്ങി.

"അവൾ പോയോ?" അമ്മ ചോദിച്ചു. അച്ഛനില്ല.

"പോയി." ഞാൻ സൈക്കിൾ തിണ്ണയിൽ കയറ്റി.

"പോയി കുളിച്ചിട്ടു വല്ലതും കഴിക്ക്."

"ഞാൻ കഴിച്ചതാ."

ഞാൻ വീണ്ടും കടലിൽ മുങ്ങിത്താഴ്ന്നു. ഉപ്പുരസം മാറ്റാൻ പബ്ലിക് ടാപ്പിലെ വെള്ളം ശരീരമാകെ ചീറ്റി ഒരു മണിക്കൂർ ചെലവിട്ടു.

പെട്ടെന്ന് കുളിര് തോന്നി. വീട്ടിലെത്തിയപ്പോൾ ഞാൻ വിറയ്ക്കുന്നുണ്ടായിരുന്നു. ഒരു ഗ്ലാസ് കഞ്ഞിവെള്ളം കുടിച്ചപ്പോൾ ചെറിയ ചൂടു കയറി.

പെട്രയുടെ മാർദ്ദവത്തിന്റെ നൊമ്പരവും മാറാത്ത ഉപ്പുരസവും കണ്ണീരിന്റെ നനവും നുണഞ്ഞ് ഞാൻ കിടന്നു. അവൾ തിരുവനന്തപുരത്ത് എത്തിയിട്ടുണ്ടാകും.

ദൂരെയൊരു ഉത്സവപ്പറമ്പിൽനിന്നും പഴയ തമിഴ്പാട്ടിന്റെ ഒരു ശകലമെത്തി:

"ഏറ്റ താഴ്വുകൾ ഇയർ കയിൻ നിയതി,
പാരിൽ ഇരൈവൻ പടൈത്തതയെല്ലാം,
പാവി മനിതൻ പിരിത്തു വയ്ത്താനെ......"

പെട്രാ! ഞാൻ ചുരുണ്ടുറങ്ങി വീണ്ടും സ്വപ്നങ്ങളിൽ എന്റെ സ്വകാര്യ സ്വർഗ്ഗം തേടി.

പതിനൊന്ന്

രാവിലെ ഉണർന്നപ്പോൾ പെട്ര പോയെന്നോർത്തപ്പോൾ എനിക്ക് കരച്ചിൽ വന്നു. ഞങ്ങൾ തയ്യാറാക്കിയ പദ്ധതി ഓടിയെത്തി ഓർമ്മകളിൽ കുങ്കുമം വിതറി. എന്റ അരയ്ക്കു താഴെ ഉഷ്ണഭാരം വർദ്ധിച്ചു. ഞാൻ തിരിഞ്ഞുകിടന്നു. കടൽ ശബ്ദങ്ങൾ കേട്ടു കുറേനേരംകൂടി ഉറങ്ങാൻ ശ്രമിച്ചു.

ഇല്ല, നടക്കില്ല. ഞാനെഴുന്നേറ്റ് കടലിനെ നോക്കാതെ മൂത്രമൊഴിച്ചു. ജലഭാരം മാറിയിട്ടും എന്റെ വേദന ശമിക്കുന്നില്ല. ഞാനങ്ങനെ കുറേനേരം നിന്നു.

"വന്ന് ചായ കുടിക്കെടാ." ഞാൻ പല്ലുതേക്കാതെ ചായ കുടിച്ചു. അമ്മ സാധാരണ മട്ടിൽ പണികളിൽ വ്യാപൃതയാണ്.

പിന്നെയും എന്റെ ശരീരം എന്നിൽ പെട്രയുടെ ഓർമ്മകളുണർത്തി. ഞാൻ ഓലകെട്ടിയ പിന്നിലെ കക്കൂസിൽ കടന്നു. നിവൃത്തിയില്ലാതെ സ്വയം സഹായിച്ച് വിസ്മൃതി നേടി.

"വന്ന് വല്ലതും കഴിക്കെടാ." എന്റെ ശരീരത്തിന്റെ പിരിമുറുക്കം അവസാനിച്ചപ്പോൾ കാൽമുട്ടുകൾ ഉളുക്കി. കുറെ വെള്ളം തലയിലൊഴിച്ച് ഞാനുറക്കെ പറഞ്ഞു: "ഇതാ, വരുന്നമ്മേ."

അന്ന് ഗോതമ്പുദോശയായിരുന്നു. ഞാൻ രണ്ടെണ്ണം കഴിച്ചു.

"നിന്റെയവൾ പോയല്ലോ."

ഞാനമ്മയുടെ മുഖത്തു നോക്കി.

"അച്ഛനു പഴയതുപോലെ വയ്യ. എന്നാലും കടലിൽ പോയിരിക്കുകയാ."

ഞാൻ മിണ്ടാതിരുന്നു.

"നിന്റെ കൈയിൽ ഇപ്പോ കാശൊന്നുമില്ലേ?" ഇല്ലെന്ന് ഞാൻ പറയാൻ കാത്തുനില്ക്കാതെ അമ്മ മാറി.

അന്ന് ഞാൻ വീണ്ടും ഗൈഡുപണി ആരംഭിച്ചു. കൃത്യമായി കണക്കു പറഞ്ഞ് കാശു വാങ്ങി അമ്മയെ ഏല്പിച്ചു. നല്ല സീസൺ, നല്ല വരുമാനം. ദേവസഹായത്തിനു ഉഷാറായി.

"ഇപ്പടി പോനാ, കന്യാകുമാരി നമുക്ക് വാങ്കിടലാണ്ടാ."

"ഈ കന്യാകുമാരിയെ വിലയ്ക്കുവാങ്ങിയിട്ടെന്തു കാര്യം?"

എന്റെ വീട്ടിൽ വീണ്ടും സമൃദ്ധിയായി. എന്റെ ആവേശത്തിൽ ഞാനൊരു ദിവസം അരക്കിലോ നെത്തോലി വിലയ്ക്കു വാങ്ങി വീട്ടിലെത്തി. അച്ഛനിഷ്ടമാണ് നെത്തോലി.

അമ്മ തോരനുണ്ടാക്കി അച്ഛന് കൊടുക്കുന്നത് ഒളിച്ചുനിന്നു ഞാൻ നോക്കി.

"ഇതെവിടെന്നാ?"

"അവൻ വാങ്ങിച്ചുകൊണ്ടു വന്നതാ." അമ്മയുടെ ശബ്ദത്തിൽ അഭിമാനമായിരുന്നു.

ഒരു ക്ഷണം അച്ഛൻ കഴിക്കുന്നത് നിർത്തി. ഞാൻ പേടിച്ചു. അമ്മയും.

അച്ഛൻ മെല്ലെ ചിരിച്ചു. കൈ നീട്ടി തോരൻപാത്രം കുറെ ചരിച്ച് പ്ലേറ്റിൽ വീഴ്ത്തി. ചോറുരുട്ടി ഒരു കവിൾകൂടി കഴിച്ചു.

"എടീ, അവൻ വാങ്ങിച്ച മീനല്ലേടീ! അതാവാം ഇത്ര രുചി."

അന്ന് അച്ഛൻ പതിവിലേറെ ചോറുണ്ടു. അച്ഛൻ കൈ കഴുകുമ്പോൾ ഞാൻ പുറത്തുനിന്ന് വന്ന മട്ടിൽ അടുത്തു ചെന്നു. അച്ഛൻ വായ കഴുകി തുപ്പുന്നതിനിടയിൽ ചോദിച്ചു:

"എവിടേന്നു വാങ്ങിയെടാ നെത്തോലി?"

ഞാൻ പറഞ്ഞു.

"എത്ര കൊടുത്തു?"

ഞാൻ വില കുറച്ചു.

"കൂടുതലാ. എന്നാലും കൊള്ളാം. എന്നാ, ഇനി വാങ്ങണ്ട. എനിക്ക് കിട്ടൂടാ ഇതിലും നല്ല നെത്തോലി." ഇത് പറയുമ്പോൾ അച്ഛന്റെ ശബ്ദത്തിൽ സന്തോഷമായിരുന്നു.

പെദ്രയെ ഞങ്ങളാരും മറന്നില്ല. മൂന്നാഴ്ചകളിൽ ഞാൻ കുറേ കാശുണ്ടാക്കി. അമ്മയ്ക്കുപോലും മതിയായി.

"ഇത്രയൊക്കെ മതിയെടാ."

എന്നിട്ടും എന്റെ കൈയിൽ ആയിരം രൂപയിലേറെ ബാക്കിവന്നു. നാഗർകോവിലിൽ ചെന്ന് ഞാനാദ്യമായി ഒരു റെഡിമെയ്ഡ് പാന്റും രണ്ട് റെഡിമെയ്ഡ് ഷർട്ടും വാങ്ങി. അമ്മയ്ക്കിഷ്ടപ്പെട്ടു. ഞാൻ പാന്റിട്ടു കാട്ടി.

അച്ഛനും സന്തോഷത്തോടെ നോക്കി.

പെട്ടെന്ന് അമ്മയുടെ മുഖഭാവം മാറി.

"എന്താ നിന്റെ ഉദ്ദേശ്യം?"

ഞാൻ മിണ്ടാതെ നിന്നു.

"അവന് തിരുവനന്തപുരത്തു പോകണമായിരിക്കും. നല്ല ഉടുപ്പിട്ടു പോട്ടേടി." അച്ഛൻ ഇടപെട്ടു.

"ശരിയാണോടാ?"

ഞാനെങ്ങനെയോ മൂളി.

"പോയിട്ടു വരട്ടെടി. പണ്ടു പോയതല്ലേ?" അച്ഛൻ പരാതിയില്ലാത്ത ശബ്ദത്തിൽ പറഞ്ഞു.

നാലു ദിവസംകൂടി കഴിഞ്ഞാണ് ഞാൻ പുറപ്പെട്ടത്. എന്റെ കൈയിൽ അറുന്നൂറു രൂപയുണ്ടായിരുന്നു. 200 രൂപ ഞാൻ പിന്നേയും അമ്മയ്ക്കു കൊടുക്കാൻ ശ്രമിച്ചു.

"വേണ്ടടീ, വാങ്ങണ്ട. ഇവിടെ ഇപ്പോ ആവശ്യമൊന്നുമില്ലല്ലോ." അച്ഛന്റെ ശബ്ദത്തിൽ ചെറിയ പതർച്ചയുണ്ടായിരുന്നു.

"നീ വന്നിട്ട് തന്നാ മതിയെടാ. ഇപ്പോ കൊണ്ടുപോ." അമ്മ കരഞ്ഞില്ല.

'ഇനി ഇവിടെ ഇപ്പോഴെങ്ങും വരുന്നില്ലമ്മെ' എന്നു പറയാൻ എന്റെ ചുണ്ടുകൾ നൊന്തു.

മിണ്ടിയാൽ വിങ്ങുമെന്ന് തോന്നിയപ്പോൾ ഞാൻ തിരിഞ്ഞുനിന്നു. അമ്മയ്ക്ക് നീട്ടിയ 200 രൂപ വീണ്ടും പോക്കറ്റിലാക്കി ഞാൻ ബാഗുമെടുത്തിറങ്ങി.

"പോയിട്ടു വാടാ. തിരിഞ്ഞുനോക്കണ്ട."

അച്ഛന്റെ ശബ്ദം കൂടുതൽ പതറിയതുപോലെ. "ആ കുട്ടിയോട് ഞങ്ങളന്വേഷിച്ചുവെന്ന് പറഞ്ഞേക്ക്."

ഞാൻ വേഗത്തിൽ നടന്നു. അമ്മയുടെയും അച്ഛന്റെയും കണ്ണുകൾക്കപ്പുറമായപ്പോൾ ഞാൻ കടൽമണ്ണിലേക്ക് മുഖമമർത്തി വീണു കരഞ്ഞു. ഉച്ചവെയിലിൽ കടലും കരയും ഒരുപോലെ കത്തുകയായിരുന്നു. മുഖത്തെ മൺതരികൾ തുടച്ചുമാറ്റിക്കൊണ്ട് ഞാനെഴുന്നേറ്റ് ചുറ്റിലും നോക്കി. ആരും കണ്ടിട്ടില്ല.

എന്റെ കരച്ചിലിന്റെ ചാലുകളെ സൂര്യൻ വറ്റിച്ചു. കവിളിലെ ഉപ്പിന്റെ പാട മാത്രം ഞാൻ കൈകൊണ്ട് തിരുമ്മിമാറ്റി. എന്റെ പുതിയ ഷർട്ട് കുതിർന്നിരുന്നു. ഞാൻ നടന്നപ്പോൾ പെദ്രയുടെ മാത്രം മുഖം എന്റെ മനസ്സിൽ നിറഞ്ഞു. ബസ്സ്റ്റാന്റിലെത്തിയപ്പോൾ മദ്രാസിൽനിന്ന് കന്യാകുമാരി വഴി തിരുവനന്തപുരത്തു പോകുന്ന എ സി ബസാണ്. ചാർജ് നാലിരട്ടിയാണ്. ഞാൻ മടിച്ചില്ല. ഏറ്റവും പിറകിലെ സീറ്റിൽ ഞാനിരുന്നു തലചായ്ച്ചു. ഞാനും പെദ്രയും പാഞ്ഞുവന്ന റോഡിലൂടെ, ഓരോ ചിഹ്നങ്ങളുമോർത്ത് ഞാൻ യാത്ര ചെയ്തു. തിരുവനന്തപുരത്തെത്തിയപ്പോൾ മഴ പെയ്യുന്നു. ഒരു ഓട്ടോയിൽ ഞാൻ പെദ്രയുടെ ഹോട്ടലിലെത്തി.

പഴയ റിസപ്ഷനിസ്റ്റ് എന്നെ കണ്ട മാത്രയിൽ തിരിച്ചറിഞ്ഞു. അവ

നെന്നെ പ്രതീക്ഷിക്കുകയായിരുന്നോ? ബെൽബോയ് എന്റെ ബാഗുയർത്താൻ വന്നപ്പോൾ ഞാൻ വിലക്കി. ലിഫ്റ്റിൽ കയറി കൃത്യമായ ഫ്ളോറിലിറങ്ങി പെട്രയുടെ വാതിലിൽ മുട്ടി.

അവളുറങ്ങുകയായിരുന്നു. മുറി തുറക്കാൻ വളരെ വൈകിയതു പോലെ തോന്നി. കതകു തുറന്നപ്പോൾ ക്ഷീണിച്ച ഒരു മുഖമാണ് കണ്ടത്.

ഞാൻ ബാഗുള്ളിലേക്ക് വീശി പെട്രയെ പുണർന്നു. അവളുടെ ശരീരം പ്രതികരിച്ചില്ല.

"കമിൻ ഫാറ്റി, സിറ്റ്ഡൗൺ."

അവളെന്റെ കൈ പിടിച്ച് കസേരയിലിരുത്തി. എന്തു പറ്റി പെട്രയ്ക്ക്?

എന്റെ മനസ്സു വായിച്ച മട്ടിൽ പെട്ര മുറിയിൽ വിതറിക്കിടന്ന പുസ്തകങ്ങളെയും കടലാസുകളെയും കാട്ടി. എല്ലായിടത്തും കടലാസുകളും ചിത്രങ്ങളും ഗ്രാഫുകളും സിഗരറ്റുകുറ്റികളും.

"ത്രീ ഡേയ്സ് ഐ വാസ് വർക്കിങ് നോൺസ്റ്റോപ്പ്."

എന്തിനാ ഇവളിങ്ങനെ ഭ്രാന്ത് കാണിക്കുന്നത്? ഞാൻ എഴുന്നേറ്റ് ചില കടലാസുകൾ അടുക്കിവെക്കാൻ തുടങ്ങി. പെട്ര കൂകി:

"ഡോൺഡ് ടച്ച് എനിതിങ്. എല്ലാം കുഴപ്പമാകും."

ഞാൻ പേടിച്ച് പിറകോട്ട് മാറി, വീണ്ടും കസേരയിലിരുന്നു.

പെട്ര അടുത്തുവന്ന് മുഖം കുനിച്ചെന്റെ നെറ്റിയിൽ ചെറുതായി ചുംബിച്ചു. അവൾ കിടക്കയിലെ ഫയലുകൾ മെല്ലെ മാറ്റി. കുഞ്ഞുങ്ങളെ എന്നപോലെ സശ്രദ്ധം നോക്കി വേർതിരിച്ച് അടുക്കിവെച്ചു.

ഒരുവിധം കിടക്ക വൃത്തിയാക്കിയപ്പോൾ പെട്ര തിരിഞ്ഞെന്നെ നോക്കി മന്ദഹസിച്ചു.

"ടയർഡ്?"

ഞാനെഴുന്നേറ്റു: "പെട്രാ, യു ആർ ടയർഡ്."

"യെസ് ട്രൂ." ഇവളെപ്പോഴും സത്യം സമ്മതിക്കും.

പെട്ര കിടക്കയിലിരുന്ന് കഴിഞ്ഞ ദിവസങ്ങളിൽ അവൾ ചെയ്തുതീർത്ത ജോലികൾ വിശദീകരിച്ചപ്പോൾ എന്റെയും അവളുടെയും ക്ഷീണം മാറി. അവളുടെ മുഖത്ത് വീണ്ടും റോസാപ്പൂവിന്റെ നിറം വന്നു. ഞങ്ങൾ കുട്ടികളെപ്പോലെ ഉറക്കെച്ചിരിച്ച് ഇടയ്ക്കിടെ ഉമ്മവെച്ചുകൊണ്ടിരുന്നു.

ഇടയ്ക്ക് പെട്ര നിർത്തി. ഒരു സിഗരറ്റ് കത്തിച്ച് എന്നെ നോക്കി.

"ഫാറ്റി!"

"യെസ്?"

"വീ ഹാവ് എ സ്മാൾ ട്രിപ് ടു മേക്."

"എവിടെ?"

"ഇവിടെ. കരമന." പെട്ര എന്നെത്തന്നെ നോക്കിക്കൊണ്ടു തുടർന്നു: "ഐ വാൺടു സീ മീര."

എനിക്ക് ചിന്തിക്കാൻ പെട്ര സമയം തന്നില്ല. അവൾ ബാത്റൂമിൽ കടക്കുമ്പോൾ പറഞ്ഞു:

"ഐ വിൽ ബി റെഡി ഇൻ ടു മിനിട്സ്."

ഞാനൊരു സിഗരറ്റ് കത്തിച്ചു. പെട്രക്കെന്തിന് ഈ വാശി?

എവിടെ മീര താമസിക്കുന്നുവെന്നുപോലും അറിയില്ല. കണ്ടിട്ടെന്തു ചെയ്യാൻ?

പെട്ര പുറത്തുവന്നു: "ഗെറ്റ് റെഡി, ഫാറ്റി?"

എനിക്ക് ദേഷ്യം വന്നു.

"വയ് ഷുഡ് വീ ഗോ ടു മീര? നോ അഡ്രസ്."

"ഐ ഹാവ് ദ അഡ്രസ്സ്." പെട്ര ചിരിച്ചു.

"ഗെറ്റ് റെഡി."

ഞാൻ തിരക്കുന്നതിനു മുൻപ് പെട്ര ഒരു പെട്ടി തുറന്നു. ഒരു പുതിയ ഷർട്ട് പുറത്തെടുത്തു: "നൈസ്?"

നല്ല ഷർട്ട്.

"ചേഞ്ച് ആന്റ് കം."

ഞാൻ ഷർട്ടു മാറിയയുടൻ ഞങ്ങൾ പുറത്തിറങ്ങി. ഒരു ഓട്ടോയിൽ ഞങ്ങൾ കരമനയിലേക്കു പോകുമ്പോൾ ഞാൻ ഒന്നുകൂടി ചോദിച്ചു: "വയ് ഡു യു വാൺടു സീ മീര?"

പെട്ര മെല്ലെ എന്റെ കൈപിടിച്ച് ഇടതുമാറിൽ ചേർത്തു: "ഫോർ മൈ പീസ്. എന്റെ സമാധാനത്തിന്."

ഓട്ടോക്കാരൻ തിരിഞ്ഞു പറഞ്ഞു:

"കരമന ജംഗ്ഷനെത്തി. എവിടെയാ?"

"മതി." പെട്ര മീറ്റർ നോക്കി പൈസ കൊടുത്തു. ഞാൻ ഇറങ്ങി. പെട്രയുടെ പിന്നാലെ കരമന ഗ്രാമത്തിലേക്ക് നടന്നു. എന്റെ ഹൃദയമിടിപ്പ് നന്നായി പെട്രയും കേൾക്കുന്നുണ്ടായിരുന്നു., പക്ഷേ, അവൾ ശ്രദ്ധിച്ചില്ല.

പന്ത്രണ്ട്

കരമന ജങ്ഷനിൽ ഇറങ്ങിയ ഞങ്ങൾ ചുറ്റിലും നോക്കി. പെട്ര നോക്കുമ്പോൾ ഞാൻ പെട്രയെ നോക്കി പരിഭ്രമിച്ചു നിന്നുവെന്നു പറയുന്നതാകും ശരി. ഇതിനിടെ ഒരു മദ്ധ്യവയസ്കൻ ഞങ്ങളുടെ അടുത്തെത്തി:

"കർമന?" പെട്ര ചോദിച്ചു:

"യെസ്, യെസ്, കരമന - നോട്ട് കർമന." വന്നയാൾക്ക് ഉത്സാഹമായി.

"ഇവിടെയും ഗൈഡോ?" ഞാൻ സ്വയം പറഞ്ഞു.

പെട്ര എന്റെ ചെവിയിൽ ചോദിച്ചു:

"വാട്സ് ഹിസ് നെയിം?"

"ആരുടെ?"

"മീരാസ് ഹസ്ബന്റ്സ്." ഞാൻ പുരുഷലജ്ജയിൽ തല താഴ്ത്തി.

"വെങ്കിടേശ്. വെജിറ്റബിൾ എക്സ്പോർട്ടർ."

പെദ്ര ആഹ്ലാദത്തോടെ തിരിഞ്ഞു മദ്ധ്യവയസ്കന്റെ തോളത്തു തൊട്ടു ചോദിച്ചു:

"യു നോ വെങ്കിടേശ്? വെജിറ്റബിൾ എക്സ്പോർട്ടർ?"

അയാൾക്കറിയില്ലായിരുന്നു. പക്ഷേ, തോൽവി സമ്മതിക്കാൻ അയാൾ തയ്യാറായില്ല. "ഐ വിൽ ഫൈൻഡ് ഔട്ട്."

ഞങ്ങളേയും കൂട്ടി അയാൾ താഴോട്ടു നടന്നു. ഇടയ്ക്ക് എല്ലാ പെട്ടിക്കടകളിലും തിരക്കി. ഫലമുണ്ടായില്ല. "ഐ വിൽ ഫൈൻഡൗട്ട്." അയാൾ ആവർത്തിച്ച് ഉറപ്പുനല്കുമ്പോൾ പെദ്രയുടെ കുതിർന്ന മാറിൽ നോക്കാൻ മറന്നില്ല. എനിക്ക് ദേഷ്യം വരുന്നുണ്ടായിരുന്നു. കന്യാകുമാരി ആണെങ്കിൽ ഇവനെ കാണിച്ചുകൊടുത്തേനെ. ഈ കരമനയിൽ..

അയാളുടെ വൃത്തികെട്ട നോട്ടങ്ങൾ കാണാതെ പെദ്ര നടക്കുകയാണ്. ഇതിനിടെ ജർമ്മനിയെക്കുറിച്ചും ചില കാര്യങ്ങൾ ആശാൻ കാച്ചുന്നുണ്ടായിരുന്നു. അയാളെ പിണക്കാതെ പെദ്ര പ്രോത്സാഹിപ്പിച്ചു. കുറച്ചുകൂടി നടന്നപ്പോൾ ഒരു അഗ്രഹാരം ഞങ്ങളുടെ മുൻപിൽ തെളിഞ്ഞു.

ഒരു ബ്രാഹ്മണ വൃദ്ധൻ തോർത്തുമുണ്ടു പുതച്ചു നടന്നുവന്നു. പെദ്ര വേഗം അയാളുടെ അടുത്തെത്തി: "യു നോ വേങ്കിടേശ്? വെജിറ്റബിൾ എക്സ്പോർട്ടർ?"

"ഹൂ?" വൃദ്ധൻ ചെവികൂർപ്പിച്ചു. പെദ്ര ഒന്നുകൂടി പറഞ്ഞു. ഞാൻ സഹായിച്ചു: "വെങ്കിടേശ്, മലക്കറി എക്സ്പോർട്ടർ." വൃദ്ധന് പിടികിട്ടി.

"ഓ, നമ്മ വെണ്ടയ്ക്കാ വെങ്കിടിയാ?"

വൃദ്ധന് പെട്ടെന്ന് സന്തോഷമായി. പെദ്രയോട് "വെണ്ടയ്ക്കാ. ലേഡീസ് ഫിങ്കർ വെജിറ്റബിൾ." തന്റെ ഇംഗ്ലീഷ് പരിജ്ഞാനത്തിൽ അയാൾ സ്വയമാനന്ദിച്ചു ചിരിച്ചപ്പോൾ ഞങ്ങളെ കൂട്ടിവന്ന മദ്ധ്യവയസ്കന് ഇഷ്ടപ്പെട്ടില്ല.

"ഇന്ത തെരുവിലെ ഇടതു പക്കം തിരുമ്പിനാ വലതു പക്കത്തിൽ മൂന്നാമത്തെ വീട്." വൃദ്ധൻ തമിഴും മലയാളവും കൂട്ടി പറഞ്ഞു.

പെദ്ര തുള്ളിച്ചാടിയില്ലെന്നേയുള്ളൂ. "താങ്ക്യു, താങ്ക്യു." അവൾ വൃദ്ധന്റെ കൈപിടിച്ചു കുലുക്കി. ഇവളെന്തിനാ എല്ലാവരെയും കേറി ഇങ്ങനെ തൊടുന്നത്?

പെദ്ര തിരിഞ്ഞ് മദ്ധ്യവയസ്കനോടും നന്ദി പറഞ്ഞു.

"ഐ വിൽ കം." അയാൾ.

വേണ്ട. ഞാൻ വ്യക്തമാക്കി. അയാൾക്കിഷ്ടമായില്ല. പെദ്ര കൈകുലുക്കി ഗുഡ്ബൈ പറയുമ്പോൾ അയാളുടെ കണ്ണുകൾ പെദ്രയെ കുടിക്കുകയായിരുന്നു. ഒരടി കൊടുത്താലോ എന്നു തോന്നി.

പെദ്ര കൈകൾ സ്വതന്ത്രമാക്കി. ഞങ്ങൾ നടന്നു. വൃദ്ധൻ കാണിച്ച വീടിന് മുൻപിൽ ഞങ്ങൾ നിന്നു. സാമാന്യം വലിയ ഒറ്റപ്പെട്ട വീട്. ഗ്രാമത്തിലെ പണക്കാരുടേത് എന്നു തോന്നിക്കുന്ന നാലു വീടുകളുടെ ഒരു നിരയുടെ ഭാഗം. അകത്തുനിന്നും ടെലിവിഷൻ ശബ്ദം കേട്ടു. ക്രിക്കറ്റ്. കതകടച്ചിട്ടില്ല. എനിക്കു ശുചീന്ദ്രം അനുഭവത്തിന്റെ ആവർത്തനം പോലെ തോന്നി. മീരയുടെ അച്ഛൻ തല തിരിച്ചു.

പഴയ മട്ടുതന്നെ. പക്ഷേ, കഴുത്തിൽ ഇടയ്ക്കിടെ സ്വർണ്ണം മിനുങ്ങുന്ന ഒരു രുദ്രാക്ഷമാലകൂടിയുണ്ട്. എന്നെ തിരിച്ചറിയുന്നതിനു മുമ്പദ്ദേഹം പെട്രയെ കണ്ടു ചാടി എഴുന്നേറ്റു. എന്നെ ഒന്നുകൂടി നോക്കിയപ്പോൾ നെറ്റിയിലെ ചുളിവുകൾ മാറി.

"കന്യാകുമാരി?"

"ആമാ." ഞാൻ പറഞ്ഞു.

"മീരാ....." അദ്ദേഹം ഉറക്കെ വിളിച്ചു.

"പെട്രാ. ഫ്രം ജർമ്മനി." പെട്ര മുൻപോട്ടു നീങ്ങി കൈ നീട്ടി. (ഇവളുടെ ഒരു കൈനീട്ടൽ!)

വയസ്സന് പരിഭ്രമമായി. അയാൾ പെട്രയുടെ കൈ കണ്ടില്ലെന്ന മട്ടിൽ ഉറക്കെ വിളിച്ചു: "മീരാ, മീരാ!"

ടെലിവിഷനിൽ ക്രിക്കറ്റ് കളി തുടരുകയാണ്. "വറേൻ പാ." പതുക്കെ ശാസനയുടെ സ്വരത്തിൽ പറഞ്ഞുകൊണ്ട് മീര പുറത്തുവന്നു.

അവൾ കണ്ണുയർത്തിയത് എന്നിലാണ്. പെട്രയെ ആദ്യം മീര കണ്ടതേയില്ല. വിശ്വസിക്കാൻ വയ്യാത്ത മട്ടിൽ മീര നിന്നു. മീരയ്ക്ക് ഒരു മാറ്റവുമില്ല. നല്ല പുടവയൊഴിച്ചാൽ.

"പെട്ര!" ഞാൻ പറഞ്ഞൊപ്പിച്ചു. മീര പെട്രയെ അപ്പോഴാണ് കണ്ടത്. അവളുടെ കഴുത്തിലെ മഞ്ഞച്ചരട് ഞാനും കണ്ടു.

"ഹലോ? പെട്ര" ഒരടി മുന്നിൽ നീങ്ങി മന്ദഹസിച്ചു.

"ഐയാം പെട്ര ഫ്രം ജർമ്മനി. ഫാറ്റീസ് ഫ്രണ്ട്." ഇത്തവണ അവൾ കൈനീട്ടിയില്ല.

"ഫാറ്റി?" മീരയുടെ പുരികങ്ങൾ വളഞ്ഞു.

"യെസ്. ഫാറ്റി....യു നോ, ഫാറ്റിംസൺ."

പെട്രയുടെ ശബ്ദം പതറിയോ?

ഒരു മിനിട്ടോളം ടെലിവിഷൻ ശബ്ദങ്ങൾ മാത്രം ഞങ്ങൾ കേട്ടു.

"കമിൻ, സിറ്റ്ഡൗൺ." മീര ക്ഷണിച്ചു.

ഇത്രയുമായപ്പോൾ വയസ്സന് സമാധാനമായി.

"കമിൻ. കമിൻ. നൈസ് മാച്ച്. ന്യൂസിലന്റ് ഈസ് ഡൂയിങ് വെൽ..." അദ്ദേഹം പെട്രയെ ക്ഷണിച്ചു.

പെട്ര ക്ഷീണിതയായി ചിരിച്ചു: "സോറി. ഐ നോ നോ ക്രിക്കറ്റ്."

"ഓ, ജർമ്മനി. ഫുട്ബോൾ. സോക്കർ. ഗുഡ് ടീം, ഗുഡ് ടീം." വയസ്സന്റെ പ്രസ്താവന.

പെട്രയ്ക്കിഷ്ടമായി. ഞാനും മീരയും പരസ്പരം നോക്കി ചിരിക്കാൻ ശ്രമിച്ചു.

മീര എന്റെ അടുത്തേക്ക് വന്നു മെല്ലെ ചോദിച്ചു:

"ആരിവൾ?"

"പെട്ര." ഞങ്ങളുടെ സംഭാഷണം കേൾക്കാതെ പെട്ര ടെലിവിഷനിൽ നോക്കി നില്ക്കുകയാണ്.

"പുരിഞ്ചിത്. ഇവളെ പാത്തപ്പം കന്യാകുമാരിയേ വിട്ടിട്ടിയാ?"

ഞാനൊന്നും മിണ്ടിയില്ല. കുറച്ചുനേരം ഞങ്ങൾ മിണ്ടാതെ നിന്നു.

"ഹാൻഡ്സം മാൻ." ഞങ്ങൾ തിരിഞ്ഞു. മീരയുടെയും ഭർത്താവിന്റെയും വിവാഹഫോട്ടോവിൽ കൈ ചൂണ്ടി പറഞ്ഞതാണ് പെട്ര. ഞാൻ നോക്കി. അതെ, സുന്ദരനായ പട്ടർ. മൂപ്പർക്ക് സന്തോഷമായി.

"യെസ്, യെസ്, ബട്ട് എ ലിറ്റിൽ ഷോർട്ട്."

"അപ്പാ!" മീര മെല്ലെ പറഞ്ഞപ്പോൾ അദ്ദേഹം നിശ്ശബ്ദനായി ക്രിക്കറ്റ് മാച്ചിലേക്ക് മടങ്ങി.

മീര എന്നോടായി: "നാൻ പോയി കാപ്പി കൊണ്ടുവറേൻ."

പെട്ര പെട്ടെന്നു തിരിഞ്ഞു: "വേണ്ട, വേണ്ട വീ ഹാവ് ടു ഗോ ബാക്ക്. വീ ജസ്റ്റ് കെയിം ടു സേ ഹലോ......"എനിക്ക് മീരയുടെ കാപ്പി കുടിച്ചാൽ കൊള്ളാമെന്നുണ്ടായിരുന്നു. പക്ഷേ, പെട്രയുടെ മുഖത്ത് അന്തിമ തീരുമാനമായിരുന്നു. മീര മിണ്ടാതെ എന്നെ നോക്കിനിന്നു.

പെട്ര പുറത്തേക്കിറങ്ങിക്കഴിഞ്ഞു.

"പോട്ടുമാ?" എന്റെ ശബ്ദം വളരെ താഴ്ന്നു.

"ഇന്നൊരു നാൾ വറേൻ."

മീര കുറേക്കൂടി അടുത്തു വന്നു. അവളെന്റെ കണ്ണുകളിൽ നോക്കി.

"അന്നിക്ക് വെയ്റ്റ് പണ്ണിനിയാ?" ഞാൻ മുഖം കുനിച്ചു.

"ആമാം. രണ്ടു മൂന്നു നാൾ."

മീരയും മുഖം കുനിച്ചു: "വരമുടിയല്ലയ്."

"പറവായില്ലയ്."

"എന്നെത്തേടി ശുചീന്ദ്രത്ത് പോനെ, ഇല്ലയാ?" മീര മുഖമുയർത്തി.

"ആമാം." ഞാനും മുഖമുയർത്തി.

"ഇങ്ക വന്തവങ്ക ചൊന്നാങ്ക. ശംഖ് കേട്ട് കന്യാകുമാരിയിലേരിന്ത് ഒരാൾ വന്താൻണ്." മീരയുടെ മുഖഭാവങ്ങൾ മാറി മറിഞ്ഞു.

"യാരിവൾ?"

ഞാൻ മിണ്ടിയില്ല.

"അവ താൻ ഇങ്ക കൂട്ടിട്ടു വന്താ, ഇല്ലയാ?"

"ങും!" ഞാൻ മൂളി.

"കെട്ടിക്കാരി." സ്ത്രീകൾക്ക് മാത്രം സാധിക്കുന്ന കോപവും ബഹുമാനവും നിറഞ്ഞ ഒരു നോട്ടം മീര പെട്രയ്ക്ക് നല്കി. പെട്ര ഈ സംഭാഷണം അനുവദിച്ചിരിക്കുന്നു എന്ന മട്ടിൽ വീടിന് മുമ്പിൽ ചെറുതായി ഉലാത്തുകയാണ്.

"നാൻ പോട്ടുമാ?"

"ങും!"

"ഇങ്കെ സൗഖ്യം താനെ?"

"ങും!" മീരയുടെ മൂളലിൽനിന്നെനിക്ക് ഒന്നും മനസ്സിലായില്ല.

"ഫാറ്റി!" പെട്രയ്ക്ക് മടുത്തുകഴിഞ്ഞിരുന്നു. ഞാൻ തിരിഞ്ഞപ്പോൾ മീര. "ഒരു നിമിഷം!" ഞാൻ മീരയെ നോക്കി.

"ഹു സെൽസ് സീ ഷെൽസ് ഓൺ ദ സീ ഷോർ നൗ?"

ഞങ്ങളിരുവരും ബലഹീനമായി ചിരിച്ചു.

"ഫാറ്റി!" പെട്രയുടെ ശബ്ദം കൂടുതൽ കനത്തതായിരുന്നു.

"പോയിട്ടു വറേൻ."

"ശരി." മീരയുടെ മുഖം മ്ലാനമായി. പെഡ്ര നടന്നുതുടങ്ങിയിരുന്നു. ഞാൻ പിന്നാലെ നടന്നപ്പോൾ തിരിഞ്ഞുനോക്കി. മീര ഇറയത്തുതന്നെ നില്ക്കുകയാണ്. പിറകിൽ ക്രിക്കറ്റ് ശബ്ദങ്ങളും.

ഹോട്ടൽമുറിയിലെത്തിയപ്പോൾ ഞങ്ങൾ നന്നായി ക്ഷീണിച്ചിരുന്നു. പെഡ്ര കിടക്കയിൽ വീണുകൊണ്ട് പറഞ്ഞു:

"ഐയാം റിലീവ്ഡ്." ഞങ്ങൾ ബിയർ വരുത്തി. മേലു കഴുകിയ ശേഷം ഞാൻ കിടക്കയുടെ അറ്റത്തിരുന്നു.

പെഡ്ര മീരയെക്കുറിച്ച് ചോദിക്കാൻ തയ്യാറെടുക്കുന്നതുപോലെ തോന്നി. പക്ഷേ, അവൾ ഒരക്ഷരം പറഞ്ഞില്ല.

"യു വാൺടു സീ മൈ വർക്ക്?"

ഞാൻ മൂളി. അവൾ ഒരു വലിയ ബാഗ് പുറത്തെടുത്തു വലിച്ചു തുറന്നു.

ഒരു പുതിയ ലോകമാണ് അവൾ കാട്ടിത്തന്നത്. കടലിന്റെയും കരയുടെയും മാത്രമായൊരു ലോകം. പലതരം കടലുകളുടെ ചിത്രങ്ങൾ, പല വർണ്ണങ്ങളിലെ കരകളും. കടലിന്റെ കണക്കുകൾ, തിരമാലകളുടെ വൈവിദ്ധ്യങ്ങൾ, മത്സ്യങ്ങളുടെ കുടുംബബന്ധങ്ങൾ, ഞണ്ടുകൾ, ഒച്ചുകൾ, കടലാമകൾ — പടങ്ങളിലൂടെ പെഡ്ര തന്റെ പഠനം വിശദീകരിച്ചു. ശബ്ദങ്ങളുടെ നാനാത്വം, ഏകത്വം.

"നെക്സ് ടൈം ഐ കം, മോസ്റ്റ് ഓഫ് ദിസ് വിൽ ഡിസപ്പിയർ." അവൾ സങ്കടത്തോടെ പറഞ്ഞു: "സീ ഈസ് ഡയിങ്."

"കന്യാകുമാരി?" ഞാൻ പേടിയോടെ ചോദിച്ചു. പെഡ്ര ഒരു ഗ്ലാസ് ബിയർ വേഗം കുടിച്ചു.

"ഡോൺട് വറി? കന്യാകുമാരി വിൽ ലിവ് ഫോർ എ വയിൽ."

"എന്തിന് ഈ പഠനം? എന്തു പ്രയോജനം?" പെഡ്ര തന്റെ സ്കോളർഷിപ്പിന്റെയും പുസ്തകപ്രസാധകന്റെയും കാര്യങ്ങൾ വിശദീകരിച്ചു. ഇനിയും പണി ബാക്കിയുണ്ട്. ബംഗ്ലാദേശിന്റെ തീരപ്രദേശം കാണണം. ഫണ്ട് ചെയ്യുന്ന ഏജൻസിക്ക് പരിമിതികളുണ്ട്. പക്ഷേ, ധനികരായ അച്ഛനമ്മമാരുടെ സഹായമുണ്ട്.

"ഐ വിൽ ടേക് യു ടു ദെം. മൈ പേൾ ഫ്രം ദ അറേബ്യൻ." പെഡ്ര എന്നെ ഉമ്മവച്ചു. അറബിക്കടലിന്റെ മുത്തായി ഞാൻ മാറി. ഭക്ഷണം കഴിച്ചു പെഡ്രയെ ആലിംഗനം ചെയ്തു കിടക്കുമ്പോൾ കടലിന്റെ ശബ്ദത്തിനായി ഞാൻ കൊതിച്ചു.

പതിമൂന്ന്

അടുത്ത ദിവസം രാവിലെ പെഡ്ര തന്റെ പദ്ധതികൾ വിവരിച്ചു. കൊല്ലത്തിനും ആലപ്പുഴയ്ക്കും എറണാകുളത്തിനുമിടയ്ക്കുള്ള ചില കടലോരങ്ങൾകൂടി അവൾക്ക് കാണണം — സൂര്യവെളിച്ചത്തിൽ തിരമാലകളുടെ നിറം മാറുമ്പോൾ കടൽശബ്ദങ്ങളിലെ ശ്രുതികൾ തെറ്റുന്നുണ്ടോ

എന്നറിയാൻ. രണ്ടു ദിവസംകൊണ്ട് ഈ പഠനം തീർത്താൽ ഞങ്ങളിരുവരും നേരെ ബോംബെയ്ക്ക്. എന്റെ ടൂറിസ്റ്റ് പാസ്പോർട്ടിനുള്ള ഏർപ്പാടുകൾ ബോംബെയിൽ ഒരാൾ ഏറ്റിട്ടുണ്ട്. അവിടെനിന്നും പെദ്രയും ഫാറ്റിയും ജർമ്മനിയിലേക്ക്!

വളരെ താഴ്ന്ന സ്വരത്തിലാണ് പെദ്രയെല്ലാം വിവരിച്ചത്.

"പേടിയുണ്ടോ?" അവൾ വീണ്ടും മലയാളിയായി.

"ഇല്ല." ഞാൻ ദൃഢമായി പറഞ്ഞു.

ഒരു ദിവസം മുഴുവനും ഞങ്ങൾ തോട്ടക്കാട്ടും പുറക്കാട്ടും ഹരിപ്പാടുമെല്ലാമായി കഴിഞ്ഞു. കടൽത്തീരങ്ങളുടെ വ്യത്യാസങ്ങൾ ഞങ്ങൾ മാറി മാറി അനുഭവിക്കുകയായിരുന്നു. പെദ്രയുടെ ക്യാമറയും ടേപ്റിക്കോർഡറും നിരന്തരം പ്രവർത്തിച്ചു. റോളുകളും ടേപ്പുകളും തീർന്നുകൊണ്ടിരുന്നു. ഓരോ ടേപ്പിലും നമ്പറും സ്ഥലപ്പേരുമെഴുതി പെദ്ര ഓടിനടന്നു. എന്നെ നോക്കാൻപോലും അവൾക്ക് സമയമുണ്ടായില്ല. ഇടയ്ക്ക് ഒരു പ്രാവശ്യം എന്നെക്കൊണ്ട് അവൾ ക്യാമറ പ്രവർത്തിപ്പിച്ചുവെന്നേയുള്ളൂ. എനിക്ക് വിഷമം തോന്നേണ്ട എന്നു കരുതിയാവണം.

ആലപ്പുഴയിലെ പൊളിഞ്ഞ തുറമുഖമായിരുന്നു ആ ദിവസത്തെ അവസാന കാഴ്ച. സന്ധ്യ കഴിഞ്ഞിരുന്നു. ഒരു കല്ലിൽ തലചായച്ച് പെദ്ര വിശ്രമിച്ചു. കടലിൽ അടുക്കുന്ന വള്ളങ്ങളില്ല. മറ്റെങ്ങോ പോകുന്ന വള്ളങ്ങളിലെ ചില നുറുങ്ങു വെളിച്ചങ്ങളുണ്ട്. നിഗൂഢമായ ഒരാക്രമണത്തിന് ഒരു നാവികസേന തയ്യാറെടുക്കുന്നതുപോലെ, അതിഷ്ടപ്പെടാത്ത കടൽ ക്ഷീണിതയായി ഇരമ്പുന്ന ശബ്ദവും.

"ലിസൺ ടു ദ മ്യൂസിക്." പെദ്ര കണ്ണു തുറക്കാതെ പറഞ്ഞു.

"ക്ലോസ് യുവർ അയ്സ് ആന്റ് ലിസൺ."

ഞാൻ കണ്ണടച്ചു കേൾക്കാൻ ശ്രമിച്ചു. "പതുക്കെ." പെദ്ര ഉപദേശിച്ചു. ഞാൻ പതുക്കെ കേട്ടു. തിരമാലകൾ കലഹിക്കുകയല്ല. സംസാരിക്കുകയാണ്.

കരയുമായി തിരകൾ വഴക്കിടുകയല്ല, സ്നേഹം പുലർത്തുകയാണ്.

എല്ലാം ഒരേ താളത്തിൽ. ഇടയ്ക്കുണ്ടാകുന്ന ശബ്ദമാറ്റങ്ങൾ ചെറിയ പരിഭവങ്ങളുടേതു മാത്രമാണ്. അത്തരം പിറുപിറുക്കലുകൾ കഴിയുമ്പോൾ വീണ്ടും പഴയ താളത്തിൽ സാഗരസംഗീതം ശക്തമാകുകയായി.

"പെദ്രാ!" ഞാൻ വിളിച്ചു.

"കേട്ടോ?"

"കേട്ടു."

"കന്യാകുമാരിയിൽ കേട്ടിട്ടുണ്ടോ?"

"ഇല്ല."

"അവിടെയും ഇങ്ങനെതന്നെ. മൈനർ ചേഞ്ചസ്."

പെദ്ര എഴുന്നേറ്റു.

അന്നു രാത്രി ആലപ്പുഴയിലെ ഒരു ഹോട്ടലിൽ വിശ്രമിക്കുമ്പോൾ പെദ്ര പറഞ്ഞു:

“ടുമാറോ?” ഞാൻ മുഖമുയർത്തി.

“മാരാരിക്കുളം? യെസ്?” ഒരു വെല്ലുവിളിപോലെ അവൾ ചോദിച്ചു.

“യെസ്.” ഞാൻ പറഞ്ഞു. ആ ദിവസത്തെ ചെറുയാത്രകളുടെ ക്ഷീണം ഞങ്ങളെ ഉറക്കി.

അടുത്ത ദിവസം ഹോട്ടലിനോട് വിട പറഞ്ഞ് ഒരു ടൂറിസ്റ്റ് ടാക്സിയിൽ ഞങ്ങൾ യാത്ര തിരിച്ചു. മാരാരിക്കുളം ബീച്ചിലേക്ക് തിരിയുന്നതെവിടെയെന്ന് പെദ്രയുടെ മാപ്പിൽ കൃത്യമായി കുറിച്ചിരുന്നെങ്കിലും സ്ഥലമറിയാൻ ഞങ്ങൾക്ക് ഇടയ്ക്ക് നിർത്തി ചോദിക്കേണ്ടിവന്നു.

ഹൈവേയിൽനിന്നും ഇടത്തോട്ട് തിരിഞ്ഞ് ടാറിട്ട ചെറിയ റോഡിലൂടെ കാർ നീങ്ങി. പഞ്ചസാര മണലിനിടയിൽ ഒരു തരം ഒറ്റപ്പെടലിന്റെ വേദനയോടെ നില്ക്കുന്ന അമ്പലവും ചെറിയൊരു ചന്തയും ഒരു ചെറിയ പാലവും രണ്ടു കള്ളുഷാപ്പുകളും കഴിഞ്ഞപ്പോൾ ഞങ്ങൾ ബീച്ചിലെത്തി. ഒരു ചെറുതോട് ഓടിയൊഴുകി കടലിന് തൊട്ടുമുന്നിലെ ഭിത്തിയിലിടിച്ച് ശ്വാസം മുട്ടി നില്ക്കുന്നു. നല്ല ഒഴുക്കിൽ കടലിലേക്ക് യാത്ര തുടരുവാൻ തല്ക്കാലം നിവൃത്തിയില്ലാത്ത വേദനയിൽ ഉയർന്നുപൊങ്ങിയ തെങ്ങുകളും മറ്റു വൃക്ഷങ്ങളും ബീച്ചിന് തൊട്ടുമുൻപിൽ ഒരു പന്തലൊരുക്കിയിരുന്നു. വെയിൽ കയറിത്തുടങ്ങിയിട്ടില്ല. ‘വെർജിൻ ബീച്ച്!’ പെദ്ര തുള്ളിച്ചാടി. ഓടയ്ക്ക് വഴിമുട്ടിയ ഭാഗത്തുണ്ടായ ജലാശയത്തിൽ അവൾ ചാടിയിറങ്ങി. ഇതിനിടെ ചിലർ ഒത്തുകൂടി ഞങ്ങളെ ശ്രദ്ധിച്ചു. പെദ്രയുടെ ജീൻസ് ആകെ നനയുന്നതു കണ്ട് അവർ ചിരിച്ചുകൊണ്ടു മാറിനിന്നു.

എനിക്കെന്തോ പന്തികേടു തോന്നി. ഒരു വയസ്സൻ എന്നെത്തന്നെ തുറിച്ചു നോക്കുകയാണ്.

അയാൾ മുൻപോട്ടു വന്നു. അപ്പോൾ പെദ്രയും കാലു കഴുകി നനഞ്ഞ വേഷത്തിൽ എന്റെ സമീപത്തെത്തി.

“അൺ സ്പോയിൽഡ് ബീച്ച്. ബ്യൂട്ടിഫുൾ!”

“അതേ, ആ കടൽക്കരയ്ക്ക് ആരും തൊട്ടശുദ്ധമാക്കിയ ലക്ഷണങ്ങളില്ല.”

ഇതിനിടെ വയസ്സന്റെ പിന്നിൽ മൂന്നു യുവാക്കളും വന്നു. എന്നെ നോക്കി ഒരുത്തൻ ചോദിച്ചു:

“എവിടേന്ന് കിട്ടിയെടാ ഈ ചരക്കിനെ?”

വയസ്സൻ ഇഷ്ടപ്പെടാത്ത മട്ടിൽ മുഖംതിരിച്ചു. പെദ്രയ്ക്ക് മനസ്സിലായില്ല. അവളെന്നെ തൊട്ടുനിന്നു.

“കൊള്ളാമല്ലോടാ ചരക്ക്.” യുവാവ് വലിയ ചിരിയോടെ വീണ്ടും പറഞ്ഞു. കൂടെ വന്നവർക്ക് ആഹ്ലാദമായി. “ചരക്ക്?”

കന്യാകുമാരിയിൽ ഒരു പെണ്ണിനെക്കുറിച്ചും ഞങ്ങളങ്ങനെ പറയാറില്ല.

മാരാരിക്കുളം കടലിലെ ശബ്ദങ്ങൾ പെട്ടെന്നെന്റെ ചെവികളിൽ ഇരമ്പിക്കയറി. ഞാൻ കടൽവെള്ളത്തിൽ താഴ്ന്നു ശ്വാസംമുട്ടിയപോലെ തോന്നി.

ഞാൻ ചാടി അവന്റെ മുകളിൽ വീണു. ഞങ്ങളിരുവരും വെള്ള മണലിൽ കുതറി. അവന്റെ കഴുത്തിൽ എന്റെ കൈ ഞെരിഞ്ഞപ്പോൾ കടലിന്റെ ശബ്ദം താഴ്ന്നു: "ഫാറ്റി, ഫാറ്റി, ലീവ്, ലീവ്....."പെഡ്രയുടെ ആജ്ഞയോടൊപ്പം ശ്വാസംമുട്ടി ചുമയ്ക്കുന്ന ശത്രുവിന്റെ ഭയശബ്ദങ്ങളും എന്നെ കീഴ്പ്പെടുത്തി. ഞാൻ പിടി അയച്ചു.

ഉടനെ അയാൾ എഴുന്നേറ്റു. തൊട്ടു മാറി വിശ്രമിച്ചിരുന്ന ഒരു തോണിയിൽ പിടിച്ച് ഛർദ്ദിച്ചു, ഛർദ്ദിയോടൊപ്പം ഉറക്കെ കരഞ്ഞു.

പെഡ്ര എന്നെ പിടിച്ചുമാറ്റി. ആ വയസ്സൻ അനങ്ങാതെ എന്നെത്തന്നെ നോക്കി നില്ക്കുകയാണ്. ഇതിനിടെ മറ്റു ചിലരും കൂടി.

വയസ്സൻ ഒരടികൂടി അടുത്തു വന്നു.

"എവിടേന്നാ നീ?"

ഞാൻ കിതച്ചുനില്ക്കുകയാണ്.

"ഫാറ്റിംസൺ. കന്യാകുമാരിയിൽനിന്ന്. ഞാൻ പെഡ്ര, ജർമ്മനിയിൽ നിന്ന്." പെഡ്ര ഉറച്ച സ്വരത്തിൽ വയസ്സനോട് പ്രഖ്യാപിച്ചു. പെഡ്ര പേടിക്കുന്നത് ആദ്യമായി ഞാനും കാണുകയാണ്.

പെഡ്രയുടെ മലയാളം കേട്ട് വന്നുകൂടിയവർ അതിശയിച്ചുനിന്നു. ഇതിനിടെ ഛർദ്ദിച്ചു കരഞ്ഞുനിന്ന യുവാവിനെ വീട്ടിലേക്ക് കൊണ്ടുപോകാൻ വയസ്സൻ ഉത്തരവിട്ടു.

"നിങ്ങളും പൊക്കോ." കൂടിനിന്നവരോടായി അയാൾ പറഞ്ഞു.

"കം, ഫാറ്റീ." എന്റെ കൈ പിടിച്ച് പെഡ്ര കാറിനടുത്തേക്കു നടന്നു.

"നിക്ക്."

ഞങ്ങൾ നിന്നു. വയസ്സൻ അടുത്തുവന്നു. മറ്റുള്ളവർ ദൂരെ മാറി കണ്ടു നിന്നു.

"നീ മരയ്ക്കാനാ, അല്ലേ?"

ഞാൻ മിണ്ടിയില്ല. ഈ ഭാഷ എനിക്ക് പരിചിതമാണ്. വയസ്സൻ എന്റെ കൈ പിടിച്ചു.

"പറയെടാ, നീ എവിടത്തെ മരയ്ക്കാനാണ്?"

"കന്യാകുമാരിയിൽ" എന്റെ കിതപ്പ് കൂടി

"കന്യാകുമാരിയിലെങ്ങനെയാടാ മലയാളി മരയ്ക്കാൻ?" വയസ്സന്റെ പിടുത്തം എന്റെ കൈഞരമ്പുകളെ വേദനിപ്പിച്ചു.

"പറയെടാ." അയാളുടെ ശബ്ദമുയർന്നു. ഞാൻ മിണ്ടാതെ നിന്നു. പെട്ടെന്ന് ശക്തിയുള്ള ഒരു കൈ കരണത്തു പതിച്ചു. ഞാൻ താഴെ വീണു.

എന്തു സംഭവിച്ചുവെന്ന് ഞാനറിയുന്നതിനു മുൻപ് വയസ്സൻ എന്നെ പിടിച്ചുയർത്തി.

അയാൾ മുഖമടുപ്പിച്ചു ചോദിച്ചു: "നീ മോളിയുടെ മകനല്ലേ?"

ഞാൻ തിരിച്ചു നിന്നു.

"അല്ലേടാ?" രണ്ടു കൈകളുംകൊണ്ട് എന്റെ തോളുകളമർത്തിക്കൊണ്ട് അയാൾ അമർത്തിയ ശബ്ദത്തിൽ ചോദിച്ചു. പെഡ്രയുടെ ചെറു തടസ്സശബ്ദങ്ങൾ അയാൾ ഗൗനിച്ചില്ല.

“നീ മൈക്കിളിന്റെ മകനല്ലേ?” അയാളെന്നെ കുലുക്കി. പെദ്ര ചാടി അയാളെ പിടിച്ചുമാറ്റാൻ ശ്രമിച്ചു.

“വിട്.” പെദ്ര കുതറി താഴെ വീണു.

“അല്ലേടാ?”

“അതെ.” എന്റെ ശബ്ദം ഞാൻ കേട്ടു.

വയസ്സന്റെ കൈകൾ എന്നെ വിട്ടു.

വയസ്സനാകെ തളർന്നുനിന്നു. തിരിഞ്ഞുനോക്കി. ഇടയ്ക്കിടെ മുന്നോട്ടു വരാൻ തുടങ്ങിയ ആൾക്കാരോടായി പറഞ്ഞു: “എല്ലാവരും പൊക്കോ.”

അയാൾ തിരിഞ്ഞെന്നെ ഒന്നുകൂടി നോക്കി. പിന്നെ പെദ്രയെയും.

“ഇവന്റമ്മ ആരെന്നറിയുമോ?”

പെദ്രയും ഞാനും അനങ്ങാതെ നില്ക്കുകയാണ്.

“എന്റെ മരയ്ക്കാത്തിയാണ്. കെട്ടിയതിന്റെ ആറാംപക്കം ഇവന്റെച്ഛന്റെ കൂടെ ഒളിച്ചോടിയതാ.”

അയാളുടെ ശബ്ദമിടറി.

അയാൾ എന്റടുത്തു വന്നു. എന്റെ തോളുകളിൽ ഇരുകൈയുടെയും ഭാരമിറക്കി.

“ഞാനറിഞ്ഞില്ലെടാ മോനേ നിന്റമ്മയുടെ പ്രേമം. നാട്ടുകാർ കെട്ടിച്ചതാ.” അയാൾ കണ്ണുകൾ തുടച്ചു.

“നിന്നെ കണ്ടാലറിയാം മോളിയുടെ മോനാന്ന്. നിന്റച്ഛൻ മൈക്കിളിന്റെ കാതും.....”അയാൾ പിന്നെയും വിതുമ്പി.

കടലിൽനിന്നുമൊരിടി വെട്ടി എന്റെ ശരീരത്തിലൂടെ പാഞ്ഞതുപോലെ തോന്നി. എന്നെ പെദ്ര താങ്ങി.

വയസ്സൻ നിയന്ത്രണം വീണ്ടെടുത്തു.

“നിന്റെ പേരെന്താ?”

“ഫാറ്റിംസൺ.” ഞാൻ ശബ്ദം വീണ്ടെടുത്തു.

“ങാ!” വയസ്സൻ ഒന്നു നിശ്വസിച്ചു.

“നിന്റമ്മയെയും അച്ഛനെയും തിരക്കി ഇവിടേന്ന് കുറേപ്പേർ പുറപ്പെട്ടതാ. കന്യാകുമാരിയിലാണെന്നറിഞ്ഞപ്പോൾ ഒരു കൊല്ലം കഴിഞ്ഞു. അപ്പോളറിഞ്ഞു ഒരു കൊച്ചുമായെന്ന്.”

അയാളൊന്നു നിർത്തി. “അല്ലെങ്കിൽ രണ്ടിനെയും ഞാൻ തട്ടിക്കളഞ്ഞേനെ.”

ഞാൻ മരവിച്ചുനിന്നു. വയസ്സനൊന്നു ചുമച്ചു. കഫം തുപ്പി. തുപ്പിയ കഫക്കഷണങ്ങളിൽ കാലുകൊണ്ടു മണ്ണു വാരിയിട്ടു.

അയാൾ വീണ്ടും പെദ്രയെ നോക്കി. ഏതോ വിഷമങ്ങൾ പെദ്രയുടെ മുഖത്തയാൾ കണ്ടു. അയാളുടെ ഭാവം പിന്നെയും മാറി.

“ഇവന്റമ്മയെ ഞാൻ തൊട്ടിട്ടില്ല. അഞ്ചു ദിവസം അവൾ തീപോലെ മാറി നിന്നു. ആറാം ദിവസം രാത്രി ഓടിപ്പോയി.” അയാൾ വീണ്ടും ചുമച്ചുതുപ്പി, എന്റെ മുഖം നോക്കി കരഞ്ഞു.

പെദ്രയുടെ കൈ അയാളുടെ തോളിൽ തൊട്ടു. വയസ്സൻ തട്ടി മാറ്റി.

"കൊണ്ടുപൊക്കോ ഇവനെ. ആരെങ്കിലുമറിഞ്ഞാൽ......"

പെദ്ര എന്നെ കൈപിടിച്ചു നടത്തി.

"ഒരു മിനിട്ട്." വയസ്സൻ ഓടി അടുത്തെത്തി.

"എന്നെ കണ്ടെന്നു നീ പോയി പറയരുത്."

"ഞാൻ മൂളി."

"പറയുമോ?"

"ഇല്ല."

"പറയരുത്. അവർക്കിനി കുറ്റബോധം വേണ്ട."

വയസ്സൻ എന്നെ മെല്ലെ തൊട്ടു. വെള്ളമണൽത്തരികൾ എന്റെ മുഖത്ത് ഒട്ടിപ്പിടിച്ചു കിടന്നു.

"മോനേ, ഞാൻ പിന്നെ കെട്ടിയില്ലെടാ." അയാൾ തേങ്ങി.

"നീയൊന്നും പറയരുത്."

"ഇല്ല."

പന്തികേടു തോന്നിയ ഡ്രൈവർ കാർ സ്റ്റാർട്ടാക്കി. പെദ്ര വയസ്സനെ നോക്കി ഒന്നു നന്നായി ചിരിച്ച് എന്നെ വലിച്ചു കാറിൽ കയറ്റി. വയസ്സൻ ധൃതിയിൽ തിരിഞ്ഞുനടന്നു. ഞാൻ തിരിഞ്ഞുനോക്കിയപ്പോൾ കടൽ സൂര്യതാപത്തിൽ ഒരു വലിയ വെള്ളക്കനൽപോലെ കത്തിക്കിടന്നു. അതിനിടയിൽ ഒരു കറുത്ത കീറുപോലെ വയസ്സൻ വേഗത്തിൽ നടക്കുകയാണ്.

കാർ നീങ്ങാൻ ആരംഭിച്ചപ്പോൾ ഞാൻ രണ്ടു കൈയിലും മുഖം പൊത്തി കണ്ണീരൊഴുക്കി.

"ഫാറ്റി, ഫാറ്റി." പെദ്രയുടെ കൈകൾ എന്നെ ആശ്വസിപ്പിച്ചു. അവളും കരയുകയായിരുന്നു. ഞാൻ കരഞ്ഞുകൊണ്ട് അവളുടെ മടിയിൽ വീണു.

"എന്തു പറ്റി?" ഡ്രൈവർ ചോദിച്ചു.

"നോ പ്രോബ്ലം." പെദ്ര വാട്ടർ ബോട്ടിൽ ചരിച്ച് എന്റെ ചുണ്ടിലേക്ക് വെള്ളമൊഴിച്ചുതന്നു. കുറെ നേരംകൂടി ഞാൻ കരഞ്ഞുകൊണ്ടിരുന്നു.

"ഫാറ്റി, ഫാറ്റി." ഇടയ്ക്കിടെ പെദ്ര പറഞ്ഞു.

കാർ തിരിഞ്ഞ് ദേശീയ ഹൈവേയിൽ കയറിയപ്പോൾ ഞാൻ എഴുന്നേറ്റ് സീറ്റിൽ ചാഞ്ഞിരുന്നു. പെദ്രയുടെ മുഖം നോക്കാൻ എനിക്കു ധൈര്യമില്ലായിരുന്നു. മോളിയുടെയും മൈക്കിളിന്റെയും മകൻ!

പതിനാല്

ആ യാത്രയിൽ ദീർഘനേരം ഞങ്ങൾ സംസാരിച്ചില്ല. ഇടയ്ക്ക് മൂത്രമൊഴിക്കണമെന്ന് തോന്നിയപ്പോൾ ഡ്രൈവറോട് ഞാൻ വണ്ടി നിർത്താൻ പറഞ്ഞു. പെദ്ര ഒന്നും മിണ്ടിയില്ല.

എന്റെ ശരീരമാകെ വീണ്ടും വിയർത്തു. രണ്ടു മിനിട്ടുനേരം ഞാൻ പഞ്ചസാരമണലിനെയും ഒരു പ്ലാവിനെയും നോക്കി ട്രൗസറഴിച്ചു നിന്നു. മൂത്രം പോകാൻ ഏറെ ക്ലേശപ്പെടുമ്പോൾ ഞാൻ ഒന്നുകൂടി വിയർത്തു

നനഞ്ഞു. ഒടുവിൽ മെല്ലെ ചാടിയ തുള്ളികൾ ജലപ്രവാഹമായി. എന്നിലെ ഭാരം ഒഴിഞ്ഞു. എന്റെ വേദന ശമിച്ചു.

സിബ്ബ് വലിച്ചു കേറ്റി ഞാൻ ട്രൗസറിനുള്ളിൽ നനഞ്ഞ ഷർട്ട് തിരുകിക്കയറ്റി തിരിഞ്ഞപ്പോൾ പെട്ര കാറിൽ ചാരിനിന്ന് എന്നെ നോക്കുകയാണ്.

ഞാൻ ബലഹീനനായി നടന്ന് കാറിൽ കയറിയപ്പോൾ പെട്രയും കയറി. അവളെന്നെ ഒരമ്മയുടെ കണ്ണുകളോടെ തഴുകി. ഞാൻ തല ചായ്ച്ച് കണ്ണടച്ചു. കാറിന്റെ വേഗതയ്ക്കനുസരിച്ച് അറബിക്കടലിന്റെ കാറ്റ് എന്റെ മുഖത്ത് പതിച്ചപ്പോൾ എന്റെ ശരീരം സന്തോഷിച്ചു.

അരമണിക്കൂർ, ഞങ്ങൾ എറണാകുളത്തെത്തി. പെട്ര നേരത്തെ ബുക്ക് ചെയ്തിരുന്ന ഹോട്ടലിന്റെ തണുപ്പിൽ ഞങ്ങൾ പ്രവേശിച്ചു. മറൈൻ ബീച്ചിനെ നോക്കുന്ന ഒരു മുറിയിൽ തനിച്ചാകുന്നതുവരെ ഞങ്ങൾ ഇരുവരും മിണ്ടിയിട്ടില്ല. ഞങ്ങൾ തമ്മിൽ സംസാരിച്ചിട്ട് ഒരു മണിക്കൂർ കഴിഞ്ഞിരിക്കുന്നു.

ഫോണിലൂടെ രണ്ടു ബിയർ പറഞ്ഞ ശേഷം പെട്ര ബാത്റൂമിൽ കയറി. ഞാൻ വഴിയിൽ മൂത്രമൊഴിച്ചതാണല്ലോ. എനിക്ക് തിരക്കില്ലായിരുന്നു.

ബിയറെത്തിയപ്പോൾ എനിക്ക് പെട്രയ്ക്കായി കാത്തിരിക്കാൻ തോന്നിയില്ല. ഗ്ലാസുപോലുമില്ലാതെ ഞാൻ ഒറ്റവലിക്ക് അരക്കുപ്പി തീർത്തു. ശരീരത്തിൽ തണുപ്പ് പകർന്ന പുതിയ ഊർജ്ജം കടന്നു. ഞാൻ കുപ്പിയുമായി കടലിനെ നോക്കിനിന്നു. ദൂരെയെവിടെയോ ഒരു കപ്പൽ നങ്കൂരമിട്ടു കിടക്കുകയാണ്. കന്യാകുമാരിയിൽ കപ്പലുകൾ വളരെ ദൂരെ അനങ്ങുന്നതേ കാണാറുള്ളൂ. അതും നിമിഷങ്ങൾ മാത്രം. ഇതു കൊച്ചിയല്ലേ? ഞാൻ ബാക്കി ബിയറും വലിച്ചു കുടിച്ചു.

ബാത്റൂമിൽനിന്നും പുറത്തിറങ്ങിയ പെട്ര എന്റെ ഒഴിഞ്ഞ ബിയർ കുപ്പിയിലേക്ക് ഒന്നു നോക്കി. അവൾ മന്ദഹസിച്ചുകൊണ്ട് തന്റെ ബിയർകുപ്പി തുറന്ന് ഒരു ഗ്ലാസൊഴിച്ചു. ഒരു കവിൾ കുടിച്ച ശേഷം തല ചീകിയൊതുക്കി, വസ്ത്രങ്ങൾ മാറി.

വീണ്ടും എന്നെ നോക്കി ചെറുതായി ചിരിച്ചു.!

“ഐയാം ഗോയിങ് ഔട്ട് ഫോർ എ വയിൽ. യു റിലാക്സ്. ഓർഡർ ഫുഡ് ഇഫ് യു ആർ ഹംഗ്രി.” മാരാരിക്കുളം അനുഭവങ്ങൾ സംസാരിക്കാൻ പെട്രയ്ക്ക് ഉദ്ദേശ്യമില്ലെന്ന് മനസ്സിലായപ്പോൾ എനിക്കും ആശ്വാസമായി. പെട്ര ചെറിയ ഹാൻഡ്ബാഗുമെടുത്ത് പുറത്തിറങ്ങി. പെട്ര ബാക്കിവെച്ച ബിയർ ഞാൻ ഊറ്റിക്കുടിച്ചു. വിശപ്പു തോന്നിയില്ല.

ഞാൻ വീണ്ടും ജനലിലൂടെ പുറത്തു നോക്കി. മറൈൻ ഡ്രൈവിന്റെ ഒരറ്റത്ത് നടന്നുനീങ്ങുന്ന രൂപം പെട്രയുടേതല്ലേ? അവൾ തിരമാലകളുടെ ശബ്ദങ്ങൾ വീണ്ടും കേൾക്കുകയാവാം. ഇന്നുംകൂടിയല്ലേ ഇവിടെയുള്ളൂ? നാളെ ഞങ്ങൾ ബോംബെയ്ക്ക് പോകുകയല്ലേ? പിന്നെ ജർമ്മനിക്കും.

ഞാൻ കിടക്കയിൽ വീണു. നല്ല തണുപ്പു തോന്നി. ബ്ലാങ്കറ്റ് വലിച്ചു പുതച്ചു കണ്ണടച്ചു. പെട്ര വരുന്നതുവരെ ഉറങ്ങാം.

ഞാനൊന്നു മയങ്ങി പെട്ടെന്ന് മാരാരിക്കുളത്തെ വയസ്സൻ എന്നെ പിടിച്ചുയർത്തി ചെകിട്ടത്ത് ആഞ്ഞടിച്ചു. 'നീ മോളിയുടെ മകനല്ലേ, പറയെടാ.' അയാൾ എന്നെ പൊക്കി ഹോട്ടൽ ജനാലയുടെ ചില്ല് പൊട്ടിച്ച് പുറത്തേക്കെറിഞ്ഞു. ദീർഘനേരം ഞാൻ കാറ്റിൽ നിന്നതിനു ശേഷം കടൽത്തീരത്തെ മണലിൽ വീണു. എന്നാലും എനിക്കൊന്നും പറ്റിയില്ല. ഞാൻ ശരീരത്തിലെ മണ്ണ് തുടച്ചെഴുന്നേറ്റപ്പോൾ വയസ്സൻ മുന്നിൽ നില്ക്കുന്നു. അയാളുടെ മുഖത്തെ ക്രൗര്യം മാറി. അയാൾ കേഴുകയാണ്: 'എന്നെ കണ്ടതായി നീ കന്യാകുമാരിയിൽ പോയി പറയരുത്.'

'ശരി.' ഞാൻ പറഞ്ഞപ്പോൾ അയാൾ കടലിലേക്ക് നടന്നു. ഒരു വലിയ തിര ഓടിയെത്തി എന്നെ പൊന്തിച്ചു. ഞാനലറി "ഫാറ്റി" ഉറച്ച ഒരു ശബ്ദം എന്നെയുണർത്തി. പെട്ര. ഞാൻ ചുറ്റിലും നോക്കി. ഹോട്ടൽമുറിയിലെ ജനാലയുടെ ചില്ല് പൊട്ടിയിട്ടില്ല. ചെറിയ സൂര്യരശ്മികൾ കടന്നുവരികയാണ്. അടുത്ത ദിവസമായിരിക്കുന്നു.

"ഹാവ് സം ടീ." പെട്ര ഒരു വെള്ള ഫ്ളാക്സിൽനിന്നും കടുത്ത ചായ കപ്പിൽ പകർന്ന് രണ്ടു ക്യൂബ് പഞ്ചസാരയിട്ട് കുറച്ചു പാലുമൊഴിച്ചു. ഒരു സ്പൂണുകൊണ്ട് കപ്പിലെ ചായ ഇളക്കിക്കൊണ്ട് അവളടുത്തു വന്നു. നന്നായി ഉറങ്ങി. അവളുടെ കൈ പിടിച്ച് ഞാൻ കപ്പ് വാങ്ങി. ഒരു കവിൾ കുടിച്ചപ്പോൾ എനിക്കോർമ്മ വന്നു. ഇന്ന് ബോംബെയ്ക്ക് പോകുന്ന ദിവസമാണ്.

ഞാനെഴുന്നേറ്റു. പെട്രയെ ചുംബിച്ചു. അവൾ മെല്ലെ ഒഴിഞ്ഞുമാറി ഒരു സിഗരറ്റ് കത്തിച്ചു സോഫയിലിരുന്നു. പാവം ക്ഷീണിച്ചിരിക്കുന്നു. ഞാൻ ചായ മുഴുവനും കുടിച്ചു. ഒരു സിഗററ്റ് വലിക്കണമെന്നു തോന്നി. എന്റെ മനസ്സു വായിച്ചതുപോലെ പെട്ര സിഗരറ്റ് പാക്കിലേക്ക് വിരൽ ചൂണ്ടി. ഇവളെന്താ ഒന്നും സംസാരിക്കാത്തത്? ഞാൻ സിഗരറ്റ് കത്തിച്ച് ജനാലയിലൂടെ നോക്കി. രാത്രിയിലെ സ്വപ്നത്തിൽ ഞാൻ വീണ കടലോരം സ്പഷ്ടമായി കാണാം; വയസ്സൻ നടന്നുപോയ കടലിന്റെ അറ്റവും.

പെട്രയുടെ നിശ്ശബ്ദത എനിക്കരോചകമായി. "എപ്പോഴാ ഫ്ളൈറ്റ്?"

"നോ ഫ്ളൈറ്റ്. ട്രെയിൻ." പെട്ര സിഗരറ്റ് കുത്തിക്കെടുത്തി. ഫ്ളൈറ്റിലാ പോകുന്നതെന്ന് പറഞ്ഞതാണല്ലോ. പാവത്തിന്റെ കാശു തീർന്നിട്ടുണ്ടാകും. എന്തായാലും ബോംബെയിൽനിന്ന് ജർമ്മനിയിലേക്ക് വിമാനമാണല്ലോ. ഞാൻ സ്വയം സമാധാനപ്പെടുത്തി.

പെട്ര എഴുന്നേറ്റ് എന്റെയടുത്തു വന്നു. ഇടതുകൈ ഉയർത്തി എന്റെ തലമുടിയിലൂടെ വിരലുകളോടിച്ചു. "ഗെറ്റ് റെഡി. വീ ഹാവ് ഓൺലി ടു അവേഴ്സ്." പോകാൻ രണ്ടു മണിക്കൂറേ ഉള്ളോ? ഞാൻ ചാടി എഴുന്നേറ്റു ബാത്റൂമിൽ കയറി. പെട്രയുടെ മുഖത്തെന്താണ് ഇത്ര വിഷാദം? എല്ലാം കഴിഞ്ഞില്ലേ?

ബാത്റൂമിലെ എന്റെ ആദ്യ ക്രിയകൾ പൂർത്തിയാക്കാൻ കുറെ സമയമെടുത്തു. വേഗം കുളിച്ച് ഞാൻ പുറത്തിറങ്ങിയപ്പോൾ പെട്രയും വസ്ത്രം മാറി റെഡിയായിരിക്കുന്നു.

ഞങ്ങളുടെ ബാഗുകളും തയ്യാർ. ഞാനിടേണ്ട ഷഡ്ഡിയും പാന്റ്സും ഷർട്ടും പെദ്ര പ്രത്യേകം മാറ്റിവെച്ചിരിക്കുന്നു. ഞാൻ ഒരു ജാള്യത്തോടെ അവ ഓരോന്നായി ധരിക്കുമ്പോൾ പെദ്ര ഫോണിലൂടെ എന്തോ തിരക്കുന്നുണ്ടായിരുന്നു. തീവണ്ടിയുടെ സമയമാണെന്ന് തോന്നി. അവളുടെ കണ്ണുകൾ എന്നെ ഒഴിവാക്കുകയാണ്. ഇവൾക്കെന്തു പറ്റി?

എന്നെ നാട്ടിൽനിന്നും കൊണ്ടുപോകുന്നതിന്റെ കുറ്റബോധമാണോ? ഞാൻ ചോദിക്കാൻ തുടങ്ങുന്നതിനു മുൻപ് പെദ്ര എഴുന്നേറ്റ് ബാഗെടുത്തു. "ടേക് യുവർ ബാഗ്, കം." അവളെന്നെ കൈപിടിച്ചു പുറത്തുകടത്തി. മുൻപിൽ കണ്ട ഹൗസ്കീപ്പിങ്ങിലെ സ്ത്രീയോട് പെദ്ര പറഞ്ഞു: "വീ ആർ വെക്കേറ്റിങ്. കീയീസിൻ ദ റൂം." അവൾ തലകുലുക്കി.

ലിഫ്റ്റിൽ നല്ല തിരക്കായിരുന്നു. ഞാൻ പെദ്രയെത്തന്നെ നോക്കി നിന്നു. ലോബിയിൽ പെദ്ര മൂന്നു മിനുട്ടിൽ കണക്കുകൾ തീർത്തു കാശു നല്കി. ഇതിനിടെ ഒരു ടാക്സിക്കാരൻ ഞങ്ങളുടെ ബാഗുകൾ കാറിൽ കയറ്റി.

കാറ് നീങ്ങിത്തുടങ്ങിയപ്പോഴും പെദ്ര മുഖം കുനിച്ചിരിക്കുകയാണ്. എനിക്ക് സഹിച്ചില്ല.

"പെദ്രാ." ആദ്യം അവൾ കേട്ടില്ല.

"പെദ്രാ." ഞാനുറക്കെ വിളിച്ചു. അവൾ മുഖമുയർത്തിയപ്പോൾ കണ്ണുകൾ നിറഞ്ഞിരിക്കുന്നു. ഞാൻ അന്ധാളിച്ച് അവളെ പിടിച്ചു കുലുക്കി. അവളുടെ കണ്ണുനീർ ഒരു പ്രവാഹമായി. "എന്റെ കന്യാകുമാരി ദേവി! ഇതെന്താണ്!"

ടാക്സിക്കാരൻ ഒന്നു തിരിഞ്ഞു.

"ഗോ സ്ട്രെയിറ്റ് ടു ദ സൗത്ത് റെയിൽവെ സ്റ്റേഷൻ."

"യെസ്. യെസ്." അയാൾ എറണാകുളത്തിന്റെ തിരക്കിലൂടെ വണ്ടിയോടിച്ചു.

പെദ്ര എന്റെ ഇരുകൈകളും കൂട്ടിപ്പിടിച്ച് അവളുടെ മടിയിൽവെച്ചു. ഇടയ്ക്കുയർത്തി ഒന്നുമ്മവച്ചു. എന്തോ പറയാൻ ശ്രമിച്ചു. വീണ്ടും കരഞ്ഞു. എന്റെ കൈകളിലൂടെ അവളുടെ മനസ്സിന്റെ തെളിനീർ ഒഴുകി. "പെദ്രാ!" അവൾ മിണ്ടിയില്ല.

ഞങ്ങൾ റെയിൽവേ സ്റ്റേഷനിലെത്തി. പെദ്ര എന്റെ ബാഗെടുത്തു പുറത്തുവെച്ചു. അവളുടെ ബാഗിനെ ചൂണ്ടി ഡ്രൈവറോട് പറഞ്ഞു: "യു ടേക് കെയർ ഐ വിൽ കം ബാക് നൗ." അപ്പോഴാണ് ഡ്രൈവർക്ക് കാര്യം പിടികിട്ടിയത്. അയാളുടെ മുഖഭാവം കണ്ട് ഞാനും പെട്ടെന്നു മനസ്സിലാക്കി. പെദ്ര എന്നെ യാത്രയാക്കുകയാണ്. കൊണ്ടുപോകുകയല്ല!

എന്റെ ചങ്കു തകരുന്നത് കാണാൻ നില്ക്കാതെ പെദ്ര എന്റെ കൈ പിടിച്ചു വലിച്ച് പ്ലാറ്റ്ഫോമിൽ കയറി. അവളുടെ ജീൻസിന്റെ പോക്കറ്റിൽനിന്നും ഒരു കവർ പുറത്തെടുത്തു. ഒരക്ഷരം ശബ്ദിക്കാനാവാതെ ഞാൻ നില്ക്കുമ്പോൾ അവൾ ആ കവർ തുറന്ന് ട്രെയിൻ ടിക്കറ്റ് വലിച്ചെടുത്തു. ടിക്കറ്റ് എന്റെ ഷർട്ടിന്റെ പോക്കറ്റിൽ തിരുകിയ ശേഷം ഇന്ത്യൻ

കറൻസിയുടെ ചില നോട്ടുകൾ അവൾ എന്റെ പാന്റ്സ് പോക്കറ്റിൽ തള്ളിക്കയറ്റി.

ഒരു കൂലിയോട് അവൾ ബോഗിയിൽ നമ്പർ തിരക്കി കണ്ടുപിടിച്ചു. ഞാൻ കിതച്ചുകൊണ്ട് പെട്രയെ നോക്കിനിന്നു.

ഇതിനിടെ തീവണ്ടിയുടെ ഒരു ബോഗിയിൽ ഞാൻ ബോർഡ് കണ്ടു: മംഗലാപുരം-കന്യാകുമാരി എക്സ്പ്രസ്.

"പെട്ര." ഞാനുറക്കെ വിളിച്ചു. അവളെന്നെ തഴുകിക്കൊണ്ട് വിതുമ്പി. "യു ഹാവ് ടു ഗോ ബാക്, ഫാറ്റി, യു ഹാവ് ടു...."ഞാൻ പിടിവിടാതെ നിന്നു.

ലൗഡ്സ്പീക്കറിലൂടെ ശബ്ദമുയർന്നു: "കന്യാകുമാരിയിലേക്കുള്ള എക്സ്പ്രസ് അല്പസമയത്തിനുള്ളിൽ......"

പെട്ര എന്നെ തള്ളി ബോഗിയിലേക്ക് കടത്തി. ബാഗും തള്ളിക്കയറ്റി. തിരക്കില്ലാത്ത ഫസ്റ്റ് ക്ലാസ് ബോഗിയുടെ കവാടത്തിൽ ഒരു ക്ഷണം ഞാൻ നിന്നു. പെട്ര പ്ലാറ്റ്ഫോമിൽ നില്ക്കുകയാണ്.

ഞാൻ ചാടിയിറങ്ങി. അതേ വേഗത്തിൽ എന്നെ പിടിച്ച് പെട്ര ബോഗിക്കുള്ളിലാക്കി. അവൾ ആർത്തുനിലവിളിച്ചുകൊണ്ട് എന്നെ ഉമ്മ വെച്ചപ്പോൾ വണ്ടി നീങ്ങി. അവൾ ചാടിയിറങ്ങി, "ബൈ, ഫാറ്റി."

"പെട്രാ." ഞാൻ കെഞ്ചിക്കരഞ്ഞു.

"നോ, യു ഷുഡ് ഗോ."

ഒരു കൈ എന്റെ പുറത്തുതൊട്ടു. പൊക്കമുള്ള ഒരു മനുഷ്യൻ. മുഖത്തെ പ്രായം ശരീരത്തിനില്ല. മെല്ലെ നീങ്ങുന്ന വണ്ടിയുടെ പിന്നാലെ നടക്കുന്ന പെട്രയെ അയാൾ നോക്കി. അവളുടെ കരഞ്ഞു തുടുത്ത മുഖവും എന്റെ ഏങ്ങലും തീവണ്ടിയുടെ ശബ്ദത്തിൽ അലിഞ്ഞു.

"ഫാറ്റി ബൈ." പെട്ര ആ മനുഷ്യനോടായി ഉറക്കെ അഭ്യർത്ഥിച്ചു: "ടേക് കെയർ ഓഫ് ഹിം." "യെസ്, യെസ്." അയാളുറക്കെ മറുപടി പറഞ്ഞു.

അവൾ പെട്ടെന്ന് നിന്നു, കൈ വീശി. ഞാനും കൈ വീശിയപ്പോൾ അവൾ വളരെ ദൂരത്തായിരിക്കുന്നു. അവൾ കൈമുഷ്ടികൾ ചുരുട്ടി മുഖത്തു ചേർത്ത് കരയുന്നതും കണ്ട് ഞാൻ നിന്നപ്പോൾ ആയിരം ചിത്രങ്ങൾ ഒന്നിച്ചു കലങ്ങിമറിഞ്ഞു.

"അകത്തേക്കു വരൂ." എന്നെ കൈ പിടിച്ച് ആ മനുഷ്യൻ അകത്തോട്ടു നയിച്ചു. എന്റെ ബാഗുമായി ഞാൻ തളർന്നു നീങ്ങി.

ആരുമില്ലാത്ത ഒരു ക്യാബിനിൽ എന്നെയിരുത്തി. "ടിക്കറ്റ് കാണട്ടെ."

ഞാൻ ടിക്കറ്റെടുത്തു നീട്ടി.

"ഈ ക്യാബിൻതന്നെയാ."

ടിക്കറ്റ് ഒന്നുകൂടി നോക്കിയ ശേഷം അദ്ദേഹം ചോദിച്ചു:

"കന്യാകുമാരിയിലാണോ വീട്?"

"അതെ."

കുറേനേരം അദ്ദേഹം ജനാലയിലൂടെ പുറത്തേക്ക് നോക്കിയിരുന്നു.

"ആ സ്ത്രീയുടെ പേരെന്താ?"

"പെട്ര."

അദ്ദേഹം ഒന്നു തലകുലുക്കി, വാത്സല്യത്തോടെ എന്നെ നോക്കി. എന്റെ ബാഗ് എടുത്ത് ഒരറ്റത്തു നീക്കിവെച്ച ശേഷം അദ്ദേഹം കൂടുതൽ സ്വസ്ഥനായി കാലുനീട്ടി നിശ്വസിച്ചു: "നല്ല സ്ത്രീ."

തളർച്ചയിൽ ഞാനും കാലു നീട്ടി. അപ്പോൾ എന്റെ കണ്ണുകൾ നിറഞ്ഞൊഴുകി. അതു കണ്ടതായി ഭാവിക്കാതെ അദ്ദേഹം ബാഗ് തുറന്ന് ഒരു പായ്ക്കറ്റ് ബിസ്കറ്റ് പുറത്തെടുത്തു. മുകൾഭാഗം പൊളിച്ച് നീട്ടി, "എടുത്തോളൂ." ഞാനൊരെണ്ണം എടുത്തു കഴിക്കാൻ തുടങ്ങി. നല്ല ബിസ്കറ്റ്. എനിക്ക് ചെറിയ വിശപ്പു തോന്നി. "എടുത്തോളൂ." ഈ പ്രാവശ്യം ഞാൻ രണ്ടെണ്ണം എടുത്തു. എന്റെ കരച്ചിൽ നിന്നു. തീവണ്ടിയുടെ ശബ്ദം ഒരു സ്ഥിരസ്ഥായിയിലായി. ബിസ്കറ്റ് പായ്ക്കറ്റ് എന്റെ സീറ്റിനടുത്തു വെച്ച് അദ്ദേഹം ചാഞ്ഞിരുന്നു. ഒരു പ്ലാസ്റ്റിക് കപ്പിൽ വെള്ളം തന്നതു ഞാൻ രണ്ടു കവിൾ കുടിച്ചു. അദ്ദേഹം സന്തുഷ്ടനായി.

എന്റെ ബാഗ് എടുത്ത് സീറ്റിന്റെ മൂലയിൽ ചായ്ച്ചുവച്ച് ഞാൻ ചരിഞ്ഞിരുന്നു. ഒരു ബിസ്കറ്റ് കൂടി ചോദിക്കാതെ എടുത്തു കഴിച്ചു. ഒരു കവിൾ വെള്ളം കൂടി ചോദിച്ചു.

"ആ സ്ത്രീ എവിടത്തുകാരിയാ?" മെല്ലെ ശരീരം നിവർത്തി സീറ്റിൽ കിടന്നുകൊണ്ടദ്ദേഹം ചോദിച്ചു. "ജർമ്മനി." "ങ്!" ഒന്നു നിശ്വസിച്ചദ്ദേഹം മന്ദഹസിച്ചു: "ഞാൻ തിരുവനന്തപുരത്തിറങ്ങും." പെട്ടെന്ന് ഞാൻപോലുമറിയാതെ എന്റെ നാവ് പറഞ്ഞു: "താമസിയാതെ ഞാനും പോകും ജർമ്മനിക്ക്." ഒരുനിമിഷം അദ്ദേഹം മിണ്ടിയില്ല."ങാ പോകണം." വീണ്ടും ചിരിച്ചു, സ്നേഹത്തോടെ കുറേനേരം ഞങ്ങളിരുവരും മിണ്ടിയില്ല. "കന്യാകുമാരി എപ്പോളെത്തും?" അദ്ദേഹം തിരിഞ്ഞെന്നെ നോക്കി. "ഏഴു മണിക്കൂർ. എന്താ ധൃതിയായോ?"

"ഇല്ലില്ല." ഞാനും പതുക്കെ സീറ്റിൽ കാലുകളുയർത്തി നീട്ടി നിവർന്നു കിടന്നു.

മനസ്സു പറഞ്ഞു: ശരിയാ. ധൃതിയായി. അമ്മയുടെയും അച്ഛന്റെയും മുഖങ്ങൾ എന്റെ കണ്ണുകളിൽ തെളിഞ്ഞപ്പോൾ ഞാൻ ഒന്നുകൂടി കരഞ്ഞു. നാണത്തോടെ മുഖം തിരിച്ച് ആ മനുഷ്യനെ ശ്രദ്ധിച്ചു. ഇല്ല. കണ്ടില്ല. അദ്ദേഹം ഉറങ്ങുകയാണ്. ഞാൻ കണ്ണടച്ചു. ഇനിയും ഏഴു മണിക്കൂറുണ്ട്!

9 789386 112101

Printed by Libri Plureos GmbH in Hamburg,
Germany